DỄ HƠN LÀ
BẠN TƯỞNG

DỄ HƠN LÀ BẠN TƯỞNG
SYLVIA BOORSTEIN
NGUYỄN DUY NHIÊN dịch
NGUYỄN MINH TIẾN hiệu đính

Copyright © 2016 by United Buddhist Publisher
ISBN-13: 978-1546417736
ISBN-10: 1546417737

© All rights reserved. No part of this book may be reproduced by any means without prior written permission from the publisher.

SYLVIA BOORSTEIN
NGUYỄN DUY NHIÊN *dịch*
NGUYỄN MINH TIẾN *hiệu đính*

DỄ HƠN LÀ BẠN TƯỞNG

THIỀN TẬP THEO KHẢ NĂNG CỦA BẠN

NHÀ XUẤT BẢN LIÊN PHẬT HỘI

I. DỄ HƠN LÀ BẠN TƯỞNG

Tu tập là sống bình thường

Vài năm trước, khi tôi chuẩn bị đi hướng dẫn một khóa tu thiền tại một thành phố xa, một người trong ban tổ chức điện thoại đến hỏi xem tôi có cần những món ăn gì đặc biệt không. Tôi cám ơn sự chăm sóc của anh và nói cho anh ta biết về những sở thích ăn uống của tôi. Tôi nói rằng tôi thường không ăn điểm tâm nhiều, nhưng thích uống cà phê mỗi buổi sáng. Anh trả lời với một giọng rất ngạc nhiên: *"Bà uống cà phê?"* Tôi chợt ý thức ngay là tôi vừa tự thú một lỗi lầm trong sự tu tập của mình. Tôi cần suy nghĩ thật nhanh tìm một lối thoát, mà phải cho có tư cách nữa kìa, phải làm sao để vẫn giữ được cái uy tín tâm linh của mình, rằng sự thật là tôi thích uống cà phê!

Tôi nghĩ người ta thường hay có một số quan niệm hơi cao kỳ về thế nào là một người *"biết tu tập"*. Trong phòng tôi có treo một bức hí họa vẽ hai người ngồi ăn trong một nhà hàng. Một người nói với người kia: "Tìm gặp được một người không *đang đi tìm chân lý*, không tu tập, tôi cảm thấy sung sướng và thoải mái vô cùng!"

Tôi đồng ý! Trong sự tu tập, ta thường rất dễ bị lạc vào sự tự tôn tự đại, dồn hết công sức của mình vào việc làm sao để hành xử cho *"giống như một nhà tu"*.

Một người bạn rất thân của tôi, trong khi ngày càng trở nên một vị thầy dạy thiền có uy tín thì lại càng bớt cảm thấy ngại ngùng khi nói cho người khác biết là ông vẫn còn thích xem đá banh bầu dục (*football*) lắm. Ông còn tự thú là đôi khi ông cảm thấy rất *hào hứng* về những trận đá nữa; ông cổ võ trước ti-vi như thể đang ở trong sân vận động vậy. Ông không có cái thái độ anh hùng *"Xin cho đội nào giỏi thắng"* đâu! Quen thân với ông, tôi biết ông có một trình độ hiểu biết rất cao, và ông vẫn hành xử *như một người bình thường trong một thế giới bình thường*. Là người tu tập và có một tâm tĩnh lặng, không có nghĩa là ta phải trở nên kỳ quặc hay khác thường.

Tôi nghĩ là tôi đã chọn được tựa đề cho quyển sách này từ lâu rồi, trước khi tôi bắt đầu khởi sự viết. Thật ra, động cơ thúc đẩy tôi viết chỉ là vì tôi muốn nói cho mọi người hiểu rằng, một đời sống tu tập không nhất thiết phải là vấn đề gì to tát hết. Đôi khi người ta quyết định thay đổi lối sống của mình để nuôi dưỡng chánh niệm, để giúp cho sự tỉnh thức. Có người tham gia vào một tăng thân hoặc vào một dòng tu. Có người thay đổi lối ăn uống. Có người chọn lối sống độc thân. Tất cả những sự chọn lựa ấy, đối với một số người, là những phương tiện rất hữu ích cho sự tỉnh thức của họ, nhưng *tự chúng* vốn không phải là tâm linh.

Những người khác sẽ chọn những phương tiện khác. Trong quyển sách này, phương tiện chánh là *chánh niệm*. Chánh niệm, một ý thức rõ ràng, một sự quân bình chấp nhận những kinh nghiệm trong hiện tại, là trái tim của thiền quán trong đạo Phật. Quyển sách này có mục đích làm tập sách vỡ lòng căn bản cho người Phật tử, nhưng bạn đừng nản lòng. Sự việc dễ hơn là bạn tưởng.

Xoay xở khéo léo

Dưới đây là quang cảnh đã gợi cảm hứng cho quyển sách này:

Tôi tham dự một buổi họp mặt của những vị giảng sư Phật giáo Hoa Kỳ. Ít nhất mỗi năm một lần, những vị thầy dạy thiền quán trên toàn nước Mỹ - đều là bạn của tôi - về gặp nhau và cùng sống chung trong đôi ba ngày. Chúng tôi cùng nhau hoạch định chương trình, và nói về những gì chúng tôi dạy.

Chúng tôi cũng bỏ ra một phần lớn thời giờ để chia sẻ những kinh nghiệm cá nhân của mình. "Năm nay anh, chị có gì lạ không?" "Mọi việc đối với anh, chị như thế nào?" Chúng tôi đi vòng quanh phòng và mỗi người chia sẻ những gì đã và đang xảy ra trong đời sống của họ.

Khi lắng nghe mọi người nói, tôi cảm nhận được một cái gì rất đặc biệt. Khi kể lại, họ thường nói những lời như: *"Tôi rất là mãn nguyện"* hoặc *"Tôi cũng không có vấn đề gì"* hoặc *"Tôi hạnh phúc lắm."* Và dù vậy, chúng tôi chỉ kể lại những câu chuyện, những kinh nghiệm rất là bình thường. Mọi người đều có một đời sống bình thường bên cạnh những ông Quýt, bà Xoài bình thường. Có người gặp khó khăn trong vấn đề tình cảm, có vấn đề với ba má trong tuổi già. Có một người nào đó có con bị bệnh nặng, và một người khác phải đối diện với một sự mất mát rất lớn trong đời. Và mặc dù vậy, ai cũng nói những lời như *"Nói chung thì tôi cũng có hạnh phúc"* hoặc là *"Tôi mãn nguyện lắm."*

Mà việc ấy không có nghĩa là họ đã không phải vất vả với những gì xảy đến cho họ; cũng không có nghĩa là họ đã siêu việt hết những khó khăn, và có hạnh phúc vì không còn cảm thấy đau đớn vì chúng nữa. Thật ra, họ *đã* vất vả nhiều lắm, và nhiều khi có cả sự đớn đau và lo lắng. Nhưng dù vậy, họ vẫn có hạnh phúc. Tôi tự nhủ mình trong khi nhìn chung quanh: "Việc mà chúng ta làm là tất cả đều đã biết cách xoay xở khéo léo."

I. Dễ Hơn Là Bạn Tưởng

Biết xoay xở cho khéo, việc ấy cũng không phải là chuyện dễ đâu! Tôi rất hài lòng khi nghĩ rằng mình biết cách xoay xở trong cuộc sống. So với mười, hai mươi năm trước thì tôi đã tiến bộ nhiều lắm. Khi xưa, cách hành xử của tôi bao giờ cũng đầy căng thẳng và sợ hãi. Chúng ta ai ai cũng phải biết cách xoay xở bằng cách này hoặc cách khác, bất cứ ai đang sống và đọc quyển sách này đều *đã từng xoay xở*. Xoay xở được một cách khéo léo hoặc chỉ khéo léo phân nửa thôi, cũng là tuyệt diệu lắm rồi.

Giác ngộ

Khi tôi mới bắt đầu tập thiền vào đầu thập niên 70 thì chuyện ấy đang rất *"hợp thời trang"* ở Tây phương. Mọi người ai ai cũng tập thiền. Mỗi cuối tuần bạn đều có thể đi tham dự một khoá tu tập về thiền, không dưới hình thức này thì cũng bằng hình thức khác. Chương trình quảng cáo cho khoá tu tập bao giờ cũng hứa hẹn là sau mấy ngày bạn sẽ được giác ngộ hoàn toàn.

Tôi còn nhớ trong thời gian ấy, có lần tôi tham dự một buổi tiệc bình thường, mọi người cười đùa, ăn uống, thăm hỏi nhau vui vẻ. Và ngay giữa buổi tiệc có một bà ngồi yên với một vẻ mặt khác thường, mắt nhắm, mặt thanh thản, hoàn toàn như không biết gì đến những gì đang xảy ra chung quanh. Một người kề sát bên tai tôi thì thầm: "Xem bà ấy kìa, bà đã giác ngộ rồi đấy!" Và lúc ấy tôi tự nghĩ: "Nếu giác ngộ *có nghĩa là như vậy* thì chắc tôi không muốn đâu!"

Cái mà tôi đã muốn, ít nhất cũng trong một thời gian, là có được những quyền năng phi thường. Tôi từng nghe kể chuyện về những người có khả năng xuất hiện ở hai chỗ cùng một lúc hoặc bay bổng trong không khí. Có đôi khi, trong lúc ngồi thiền, tôi kinh nghiệm một cảm giác khinh khoái rất đặc biệt trong thân, tôi tưởng tượng rằng có lẽ mình cũng đang sắp sửa bay bổng đây. Tôi hy vọng tôi sẽ bay thật. Tôi nghĩ việc ấy sẽ rất tuyệt, bay cao lên khỏi tọa cụ của mình, lơ lửng nửa chừng trong không khí.

Tôi nghĩ, có lẽ tôi cũng một phần bị ảnh hưởng bởi câu chuyện của ông Nội tôi kể về bà Nội - bà mất khi tôi mới lên chín tuổi. Trong ký ức của tôi bà là một bà cụ nhiều bệnh hoạn, nhưng đối với ông tôi thì bà lúc nào cũng là một thiếu nữ xinh đẹp mà ông đã xin cưới khi mới tuổi đôi chín. Ông nói, bà tôi xinh đẹp đến độ *"tỏa sáng trong bóng tối."* Tôi hỏi việc ấy có thật không, ông đáp: "Thật chứ con!" Rồi ông kể: "Có một lần ở tiệc cưới của đứa cháu trai, hội trường thời ấy được thắp sáng bằng đèn dầu vì chưa có điện, cho nên tối om om, vậy mà ai cũng nhìn bà nội con rồi nói, 'Trông cô ấy kìa, cô ta như là tỏa sáng trong bóng tối.'"

Tôi giữ mãi hình ảnh tỏa sáng và kỳ diệu ấy trong ký ức mình như là một lý tưởng cao đẹp. Trong sự tu tập thiền quán của tôi, tôi muốn mình cũng sẽ đạt được một sự tỏa sáng như vậy. Tôi nghĩ, trong những ngày xa xưa ấy, đa số chúng tôi ai cũng mơ chuyện thần thông hết.

Nhưng những vị thầy Phật giáo dạy thiền cho tôi, vào năm 1977, chỉ nói đến vấn đề giác ngộ chứ không hề đề cập gì đến chuyện thần thông. Các ngài nói về việc *"nhìn cho sâu sắc"* và điều đó có thể đem lại cho ta hạnh phúc, chấm dứt khổ đau. Và có lẽ đó là phép thần thông mà tôi mong muốn nhất.

Sự tỉnh thức không phân biệt tôn giáo

Mọi tôn giáo mà tôi biết đều có đề cập đến việc tỉnh thức dậy để thấy được chân lý. Mọi con đường mà tôi biết đều hứa hẹn sự kinh nghiệm trực tiếp được chân lý sẽ khai phóng chúng ta, đem lại cho ta hạnh phúc, và thúc đẩy ta có những hành động từ bi đối với cuộc đời. Biết được chân lý sẽ đem lại hạnh phúc.

Tu tập chánh niệm (*mindfulness*) và tâm từ (*metta*) không phải là những thử thách có tính cách tôn giáo. Vì vậy mà chúng có thể là những phương tiện tu tập cho thiền sinh trong mọi truyền thống. Có ý thức, sáng suốt, từ ái, rộng lượng, và hiểu biết - những điều ấy đều phải có trên con đường tu tập của *tất cả mọi người.*

Trong khóa tu thiền đầu tiên mà tôi tham dự, tôi chỉ là phần tử của một đám đông, có lẽ lên đến trăm người, thực tập thiền quán rất nghiêm túc tại một tu viện ở *Barre, Massachusetts*. Khóa tu được diễn ra trong thinh lặng, cho nên trừ sự khác biệt về y phục ra, ta không thể biết được ai là ai cả.

Ngày qua ngày, chúng tôi cùng sống chung và tu tập với nhau trong thinh lặng. Tôi thấy có những vị sư nguyên thủy trong chiếc áo cà sa màu cam, những vị theo truyền thống *Zen* có y phục riêng của họ, và các vị tăng ni Tây Tạng. Có những bà quấn những chiếc áo *sa-ri* màu hồng, mà tôi đoán có lẽ họ theo Ấn Độ giáo. Có vài người mặc y phục màu đỏ và đeo tràng hạt, họ là đồ đệ của một vị đạo sư *Hindu* nào đó. Một người đàn ông bận áo tu sĩ của dòng *Franciscan*. Tôi thường thích đi ngang cạnh ông, vì sợi chuỗi mân côi dài và chiếc thánh giá đeo ngang hông chạm nhau tạo thành một âm thanh dễ chịu theo mỗi bước đi của ông.

Buổi tối thứ sáu, tôi bước vào phòng ăn và thấy có người nào đó thắp hai ngọn nến trên một chiếc bàn nhỏ, đặt trong góc phòng, giữa một nơi công cộng của mọi người. Cạnh hai ngọn nến là một tấm bảng ghi: "Đây là ngọn nến của ngày

Sabbath. Xin vui lòng đừng thổi tắt. Chúng sẽ tự cháy hết, và tôi sẽ thu dọn vào ngày mai sau khi mặt trời lặn."

Tôi nhìn chung quanh và tự nghĩ: "Tất cả chúng ta đều có mặt nơi đây! Thực phẩm chay của chúng ta không có một sự phân cách tôn giáo nào, nên mọi người ai cũng có thể ở đây được. Chúng ta cùng có một lễ nghi chung là sự thinh lặng, nên mọi người đều có thể ở đây được. Mỗi người chúng ta, cho dù đang sống trong một truyền thống tôn giáo nào, cũng đều đang cố gắng để tỉnh thức dậy. Tu tập chánh niệm, chúng ta cùng có thể thực tập chung với nhau."

Bản đồ được vẽ ra trong quyển sách này chắc chắn là một bản đồ của Phật giáo. Nhưng chúng rất rõ ràng, cụ thể và không hề bị hạn hẹp bởi giáo điều. Chân lý là chân lý! Tâm ý dính mắc và khổ đau ở nơi đâu cũng vậy, và lòng mong cầu hạnh phúc, chấm dứt khổ đau là phổ biến với tất cả mọi người.

II. CON ĐƯỜNG HẠNH PHÚC

Giáo lý căn bản của Đức Phật

Tuệ giác căn bản: *Bác Ba và Ông Ngoại tôi*

Bản đồ của đức Phật trình bày về hành trình đi đến tuệ giác và hạnh phúc hấp dẫn được nhiều người, vì chúng rất đơn giản. Chủ yếu, đức Phật dạy rằng khi ta buồn bực về những chuyện mà mình không thể kiểm soát được thì việc ấy chẳng có ích lợi gì. Chúng ta không hề có một sự chọn lựa nào về những quân bài mà ta được chia cho trong cuộc sống. Sự chọn lựa duy nhất mà ta có là thái độ của mình về những lá bài trên tay và sự khéo léo trong việc chơi ván bài ấy.

Hơn hai ngàn năm trăm năm trước đây, khi đức Phật truyền dạy những tư tưởng của ngài, có rất nhiều người lãnh hội được ngay. Họ hiểu đức Phật thông suốt đến độ khi vừa nghe ngài nói xong, họ lập tức đạt được một sự an lạc đời đời. Và những người chưa hiểu đức Phật ngay lúc ấy, họ về thực tập thiền quán và rồi cũng hiểu.

Giáo lý của đức Phật bao gồm một vũ trụ quan mênh mông, nhưng thông điệp chánh của ngài về một lối sống lành mạnh và an vui, đối với tôi, cũng giống như bác Ba sống ở cuối phố cùng dãy với tôi, và của ông Ngoại tôi mất cách đây mười năm.

Bác Ba đã chín mươi tuổi, và ông vẫn còn rất thích trồng trọt. Bác Ba và vợ bác, một người bạn đời trên gần bảy mươi năm trời, đã tự tay chăm sóc một mảnh vườn rộng bảy mẫu tây, và hai ông bà thường bày bán trái cây ngoài nhà xe của họ. Một buổi đẹp trời mùa hè năm ngoái, tôi lái xe xuống nhà bác Ba để mua vài củ hành, tôi thấy cánh cửa nhà xe rộng mở. "Ồ!" Tôi tự nghĩ. "Xem kìa, bác Ba đã tự tạc cho mình một bức tượng của bác ngồi trước nhà xe, trông cứ như là người thật vậy!"

Nhưng nhìn kỹ lại thì tôi nhận thấy đó chính là bác Ba trước nhà xe, ngồi yên như một pho tượng, chờ đợi. Ông không đọc, cũng không viết, không sắp soạn những món hàng của mình, cũng không gọt chuốt một vật gì, ông *không làm một việc gì hết*, chỉ ngồi yên chờ đợi. Mà chẳng phải là gian hàng của bác Ba nằm trên một con đường chánh nào để có thể ngồi nhìn xe cộ qua lại. Nhà xe nằm ở phía sau căn nhà bác, và ngôi nhà lại nằm trên một con đường nhỏ vắng vẻ. *Không có gì* qua lại hết. Chỉ vì bác Ba không có một việc nào cần phải làm, nên bác không làm gì cả. Tôi chưa bao giờ luận bàn triết học với bác, nhưng tôi đoán rằng có lẽ bác sẽ nói: "Nếu nó không hư thì đừng có sửa," và "Nếu nó có hư, và ta sửa không được, thì đừng thèm lo gì thêm cho mệt."

Tôi đậu xe lại, bước xuống, đi lại nhà xe trước khi bác Ba cử động. Tôi chợt nhớ là mình có để máy chụp hình trong xe, tôi nói: "Bác Ba, cháu muốn chụp một tấm hình của bác, được không?" "Được," bác trả lời. Bác không hề hỏi tại sao.

Tấm hình ấy đẹp lắm, bác Ba ngồi yên cạnh thùng cà chua và những trái *zuchini*. Tôi phóng lớn tấm ảnh, đóng khung và treo trong văn phòng của mình, cạnh bức hình của đạo sư *Meher Baba*, người mà tôi rất ngưỡng mộ. Tôi rọi lớn một tấm nữa, đóng khung và đem tặng cho bác Ba. Bác nói: "Cám ơn."

Ông Ngoại tôi thọ chín mươi tám tuổi, ông mất vì tuổi già. Tim ông cuối cùng ngừng hoạt động, nhưng đầu óc của ông thì vẫn tỉnh táo cho đến giây phút cuối. Ông sống lâu hơn má tôi, đứa con gái đầu lòng, và lâu hơn cả ba người vợ của ông. Ông đã sống qua những giai đoạn đen tối nhất của nền kinh tế Hoa Kỳ.

Ông Ngoại tôi đến Hoa Kỳ từ Âu châu, khi còn là một thanh niên, bỏ lại sau lưng ba má, anh, chị, em ở Áo, và không bao giờ có dịp gặp lại. Ông đã tìm làm những công việc lao động tay chân, vì ông không biết đọc cũng không biết viết. Tôi nhớ ngày còn bé, hay nhìn ông Ngoại dùng một loại xà phòng vụn đặc biệt để rửa tay cho sạch. Ông là một người nhiệt tình và dễ xúc động. Khi ba má tôi làm cho tôi một buổi tiệc sinh nhật, ông Ngoại chảy nước mắt khi nghe mọi người hát bài "Mừng sinh nhật".

Khi má tôi mất năm bà bốn mươi bảy tuổi, ông Ngoại tôi lúc ấy cũng đã bảy mươi bảy. Cái chết của má tôi là một đòn thật nặng giáng xuống cho ông. Lúc đưa đám tang má tôi ông buồn thảm vô cùng, tôi lo không biết ông có qua được khỏi ngày hôm đó không. Ông Ngoại tôi không hề che giấu nỗi đau của mình với chính ông hoặc với bất cứ một ai.

Má tôi mất vào tháng tám. Mùa hè những năm ấy ông Ngoại đang còn làm nhân viên trưởng trông coi việc bảo trì cho những dãy nhà nghỉ mát ở *Maine*. Vài ngày sau đám tang má tôi, ông Ngoại lấy lại sự quân bình về tinh thần lẫn thể chất và trở lại đi làm. Ông lặp lại câu nhân sinh quan của ông, mà tôi đã nghe không biết bao nhiêu lần: "Thôi thì làm gì được bây giờ? Đời là vậy!" Lúc ấy tôi thấy ông giống như một nhà đại triết gia vậy.

Ông tiếp tục làm việc thêm nhiều năm nữa, tục huyền và vui thú với đám cháu chắt nội ngoại. Ông Ngoại lúc nào cũng là một người bạn thân tình đối với Ba tôi, cũng như đối với người vợ mới của ba tôi khi ông tái giá. Ông không bao giờ trở lại căn nhà ngày xưa mà má tôi đã từng sống. Trở về nơi ấy gợi cho ông quá nhiều thương nhớ.

Tôi thường ghé thăm ông Ngoại khi ông đã già, già lắm, sống trong một cộng đồng dành cho những vị cao niên ở niền nam *Florida*. Mỗi ngày hai lần, sau buổi điểm tâm và ăn trưa, ông hay rủ tôi đi dạo với ông. Chuyến đi thật dài vì ông bước rất chậm. Ông giải thích rằng đây là chuyến đi thưởng ngoạn của ông, một cuộc tập thể dục hằng ngày. Tôi hỏi: "Ông Ngoại nghĩ gì khi ông Ngoại đi dạo?" Ông nhìn tôi với vẻ ngạc nhiên, hỏi lại: "Con nói nghĩ gì có nghĩa là sao? Khi đi thì mình chỉ có đi, vậy thôi!" Lúc ấy tôi nhìn ông Ngoại và nghĩ rằng ông chính là đức Phật.

Bác Ba cũng như ông Ngoại, chưa bao giờ được nghe ai nói gì về thiền. Tôi nghĩ là họ biết chú ý đến đời sống của họ và trở nên minh triết. Đối với đa số chúng ta, những người không có được tuệ giác một cách tự nhiên, thiền tập là một phương tiện giúp ta đạt được việc ấy.

Chân đế thứ nhất: Nỗi đau, không tránh được. Nỗi khổ, không cần thiết.

Bản đồ chánh đức Phật sử dụng để trình bày hành trình đi đến hạnh phúc và giải thoát được gọi là Tứ diệu đế, hay là Bốn sự thật mầu nhiệm.

Trong *Chân đế thứ nhất*, đức Phật giải thích rằng: "Ta không thể nào trốn tránh được nỗi đau đớn của cuộc đời, nhưng khổ não thì tùy thuộc vào sự chọn lựa của ta." Thật ra đức Phật cũng không nói rõ như vậy, ngài nói bằng thổ ngữ của thời ấy. Lối giải thích của tôi bằng ngôn ngữ của thời nay chỉ là cố gắng chuyên chở cái ý nghĩa mà đức Phật muốn truyền đạt, và tôi hy vọng làm như vậy tôi không bị mang tiếng là bất kính đối với ngài.

Cuộc đời là khó khăn. Ông *Scott Peck* viết câu ấy mở đầu cho quyển *The Road Less Traveled*, và đã bán được hơn mấy trăm ngàn bản. Đôi khi tôi nghĩ có lẽ khi người ta đọc câu đầu tiên ấy, họ cảm thấy hứng khởi vì thấy có người đã nói lên một sự thật về kinh nghiệm của cuộc sống, và vì thế họ mua quyển sách ấy.

Cuộc đời cũng rất là bí mật. Dầu ta có chuẩn bị, dự định kỹ lưỡng bao nhiêu, bản chất của đời sống bao giờ cũng là *không thể đoán trước* được. Mấy năm nay, tôi có dán trên tấm kiếng trong phòng tắm một tờ giấy để nhắc nhở mỗi ngày: "Cuộc đời là những gì xảy đến với ta trong khi ta bận rộn dự định cho những việc khác." Nhưng rồi cũng chẳng thay đổi được gì, tôi lúc nào cũng bỏ thì giờ ra cố gắng sửa chữa *hiện tại,* để hy vọng rằng mình sẽ được an vui hơn trong một *tương lai* huyền thoại nào đó.

Vào giữa tuổi ba mươi mấy, tôi chợt ý thức, với một nỗi hốt hoảng lớn, là tôi hoàn toàn không trang bị đủ để đối phó với sự to tát và cái đáng sợ của sự sống. Tôi đã luôn phải xoay xở để tự dối mình về một sự quân bình tế nhị mà chúng ta cần phải có, để duy trì một hạnh phúc đang treo mong manh trong mỗi giây, mỗi phút. Tôi lớn lên và thành đạt hết những gì người ta cho là sẽ bảo đảm cho mình một hạnh phúc. Tôi đã theo đuổi, học hỏi một ngành chuyên môn mà tôi đã có thể sinh sống bằng nghề ấy, và cảm thấy rất mãn nguyện. Tôi lập gia đình, có được bốn đứa con tuyệt trần và tôi thương yêu chúng vô cùng. Nhưng vì chưa bao giờ nghĩ đến sự mong manh của chúng, nên tôi cũng không hề nghĩ ngợi hay thắc mắc gì về ý nghĩa của cuộc sống.

Một hôm, ở cuối dãy phố nơi tôi ở, hai đứa bé gái trên đường đến trường bị một xe hơi lạc tay lái đụng tử thương. Đó là hai chị em, đứa lên sáu và đứa lên bảy. Tôi không quen biết chúng nhưng nghe kể, vì chúng là bạn học với con gái tôi. Đột nhiên, tôi tỉnh dậy và ý thức được sự thật là ta đang sống giữa những hiểm nguy, và mỗi giây phút của cuộc sống quý giá vô ngần. Nếu sự thật ấy đã đánh thức tôi dậy trong quân bình, hoặc ít nhất là nếu tôi chín muồi hơn một chút, có lẽ tôi đã kinh nghiệm được sự chuyển hóa mà ta thường nghe nói trong kinh điển, và sau đó cuộc đời tôi sẽ thay đổi hoàn toàn và được sống trong sự trong sáng vĩnh viễn.

Nhưng chuyện ấy đã không xảy đến với tôi. Thay vì vậy, tôi lại bị lao đầu xuống hố sâu của ảm đạm và thất vọng. Tôi không tưởng tượng được vì sao người ta vẫn có thể tiếp tục sống trong một cuộc đời mà cuối cùng chỉ có sự chết chóc, và lúc nào cũng đầy dẫy những bất ngờ. Tôi ý thức rằng tất cả những mối liên hệ trên đời này đều chấm dứt bằng một sự mất mát, và sự mất mát nào cũng đau đớn. Tôi không hiểu vì sao chúng ta lại có thể chịu đựng được!

Sự thật là bây giờ tôi có thể nhắc lại giai đoạn này của đời mình một cách nhẹ nhàng, điều ấy không có nghĩa là tôi đã không đau khổ trong thời gian ấy. Có chứ! Tôi đã đọc về những triết gia theo trường phái hiện sinh như là *Camus* và *Sartre*, và tự hỏi làm sao tôi đã có thể xoay xở để che giấu sự thật khủng khiếp này với chính mình trong những năm qua. Tôi tự hỏi, sao những người khác lại không một ai nhận thấy sự thật này! Làm sao mọi người lại có thể sống như thể mọi việc đều tốt đẹp, trong khi chắc chắn là không phải vậy?

Tôi còn nhớ khi dạy những sinh viên trường tâm lý học về *"mặc cảm hiện sinh"*, tôi thường hay kể cho họ nghe câu chuyện vui về *Kierkegaard*. Có người nói với *Kierkegaard*: "Tôi sẽ gặp lại ông thứ ba tuần tới nhé," và ông ta trả lời: "À, tôi sẽ gặp lại anh thứ ba tới, nếu khi anh ra khỏi nhà không có miếng ngói nào rơi trúng đầu, và khi băng qua đường anh không bị chiếc xe ngựa nào đụng phải," và ông còn tiếp thêm nhiều cái "nếu" khác nữa...

Thật ra thì câu chuyện vui ấy không có gì đáng cười hết. Tôi không thể nào nói: "Má gặp lại con chiều nay" với những đứa con mình trước khi chúng đến trường, hoặc là: "Anh đi chơi vui vẻ nha" với bất cứ một ai, mà không nghe thấy trong đó có những điềm xấu xa vang vọng bên tai.

Một phần tôi cảm thấy tuyệt vọng vì tôi nghĩ rằng, hình như chỉ duy có mình tôi là thấy như vậy. Chung quanh tôi, dường như ai cũng cảm thấy cuộc đời này là tốt đẹp, chẳng có gì đáng lo cả.

Thật là một niềm vui lớn khi lần đầu tiên tôi đi tham dự một khóa tu thiền, và nghe người ta nói lên sự thật hết sức rõ ràng - *Sự thật mầu nhiệm thứ nhất* là sự sống thì khó khăn và đau đớn, tự tánh của chính nó là vậy, chứ không phải vì chúng ta đã làm một cái gì sai trật hết.

Tôi cảm thấy vô cùng thoải mái và vui sướng khi được gặp những người dám chấp nhận rằng cuộc đời này là khó khăn, thường khi là đau đớn, mà vẫn bình an trong khi họ công nhận sự thật ấy. Điều quan trọng là họ trông có vẻ rất *an lạc*. Sự kiện ấy làm an tâm tôi vô cùng. Tôi tự nghĩ: "Đây là những người giống như tôi, có một đời sống y như tôi, họ biết được sự thật và dám gọi tên nó mà vẫn cảm thấy an ổn."

Chân đế thứ hai: dính mắc là khổ đau

Chân đế, tức sự thật mầu nhiệm thứ nhất đã không ngần ngại gì khi tuyên bố thẳng thừng rằng, đau đớn là tự tánh cố hữu của sự sống, vì tất cả mọi vật đều biến đổi không ngừng. *Chân đế thứ hai* giải thích, khổ đau có mặt khi ta chống cự với những kinh nghiệm của cuộc sống, thay vì biết cởi mở và chấp nhận chúng với một thái độ thông minh và từ ái.

Hiểu được chỗ này, ta sẽ thấy rằng giữa đau đớn (*pain*) và khổ não (*suffering*) có một sự khác biệt rất lớn. Đau đớn thì không thể tránh né được, sự sống đi kèm với đau đớn. Nhưng khổ thì không bắt buộc. Nếu khổ là những gì xảy ra khi ta vùng vẫy chống cự lại những kinh nghiệm của mình, vì thiếu khả năng chấp nhận, thì khổ là một điều dư thừa, không cần thiết.

Tôi đã từng hiểu lầm điểm này, khi mới bắt đầu tu tập, tôi cứ đinh ninh rằng nếu tôi công phu thiền tập cho đúng mức, mọi đớn đau của tôi sẽ biến mất. Đó là một lầm lẫn lớn. Tôi rất thất vọng khi khám phá ra sự sai lầm ấy và cũng hơi xấu hổ vì sự ngây thơ của mình. Rõ ràng là ta sẽ không bao giờ có thể chấm dứt hết những đớn đau trong cuộc đời này.

Đức Phật có dạy: "Những gì ta yêu quý sẽ đem lại cho ta đớn đau." Tôi nghĩ đó là sự thật. Thường thì ít khi nào tôi nhắc đến lời ấy với những thiền sinh mới bắt đầu, tôi không muốn họ hiểu lầm là đạo Phật bi quan. Nhưng *sự thật là vậy.* Vì mọi việc đều biến đổi luôn, những mối liên hệ của ta đối với những gì ta yêu quý, hoặc mối liên hệ của chúng đối với ta, rồi cũng sẽ thay đổi. Và rồi ta sẽ chịu nỗi đau của sự mất mát, chia lìa. Chúng ta đã chọn cuộc sống tương giao ấy, vì ta chấp nhận sẵn sàng trả giá bằng sự đau đớn.

Đối với tôi, thấy được sự khác biệt giữa một thái độ dửng dưng và một thái độ vui vẻ, nhiệt tình đối với kinh nghiệm của sự sống mà không bị dính mắc, luôn luôn là một thử thách lớn (trong nhà thiền có lẽ gọi đó là một công án). Theo tôi thì chuyện ấy có thể thực hiện được. Nhưng vì trong mỗi giây, mỗi phút của cuộc sống bao giờ cũng có một sự chọn lựa giữa sự "dễ chịu" và "khó chịu", nên khó có thể nào ta lại không muốn sự "dễ chịu". Thật ra thì rất khó để *không muốn gì hết.*

Người ta kể rằng thánh *John of the Cross* có lời cầu nguyện rằng: "Thượng đế, xin hãy ban cho con được thấy ảnh tượng của ngài!" Khi mới bắt đầu tập thiền, tôi cũng muốn được thấy hình ảnh này nọ. Thời ấy là vào cuối thập niên sáu mươi, ban nhạc trẻ *The Beatles* và đạo sư *Maharishi*

Mahesh đang phổ cập hóa pháp môn định tâm, và nền văn hóa lúc ấy đang có một tính chất "ảo hóa." Và tôi cũng mong muốn có một việc kỳ lạ nào đó xảy đến cho mình.

Vài năm sau đó cũng đã có những chuyện "kỳ lạ" xảy đến cho tôi. Trong một thời gian nỗ lực tích cực hành thiền, tôi kinh nghiệm được con người tôi tràn ngập ánh sáng, và tỏa chiếu nữa. Thật là kỳ diệu vô cùng. Trong lãnh vực của sự hành thiền nghiêm túc thì kinh nghiệm ấy chẳng có gì to tát hết, nhưng đối với tôi thì nó huyền diệu vô cùng. Và sau một thời gian, tôi bắt đầu cho rằng nó cũng chưa đủ kỳ diệu. Tôi nhớ lại câu chuyện của thánh *Paul*, bị mù lòa vì ánh sáng chói rực trên đường đi đến *Damacus*, và vì tôi chưa bị mù, tôi bắt đầu mong ước được thấy *thêm* ánh sáng nữa. Nhưng tôi không bao giờ dám thú nhận điều ấy với bất cứ một ai, vì trong giới tu hành, mong muốn được thêm lạc thú thì chẳng có vẻ *thiền* một chút nào hết - mặc dù tôi là thế!

Chân đế thứ hai của đức Phật là: Tham muốn bất cứ điều gì cũng *là* khổ đau cả. Thường thường thì người ta hay diễn dịch rằng "*nguyên nhân của khổ đau là lòng tham muốn,*" nhưng theo tôi nghĩ thì nói như vậy cũng không thật chính xác. Nói *nguyên nhân* thì có vẻ như là cái xảy ra trước và sẽ sinh ra một kết quả cụ thể nào đó. Như ta hay nói: "Mong muốn *bây giờ*, đau khổ *sau này*." Nhưng tôi tin là: "Mong muốn bây giờ, đau khổ bây giờ."

Có lần tôi nghe một người nào đó nói rằng dấu hiệu của sự giác ngộ là khi ta lúc nào cũng có thể nói, và thật sự tin nữa: "Tôi đâu có muốn đâu, nhưng đó là những gì tôi có, thì cũng là tốt vậy!"

Mẹ vợ của con trai tôi là người không những có một thái độ khoan dung đối với những sự khó chịu, mà còn biết tán thưởng những điều đó nữa. Bà là người duy nhất mà khi tôi đi xe chung trên xa lộ ở *Los Angeles*, với hàng trăm chiếc xe phóng ào ào, xuyên qua lại ngang ngược trong một không khí đầy bụi bặm, khói xăng, kẹt cứng, bực bội, mà vẫn nói với một giọng ngạc nhiên chân thành: "Chà! Coi kìa, người ta đi đâu đông quá!"

Lẽ dĩ nhiên, từ chuyện xa lộ cho đến những nạn đói kém, cho đến chiến tranh, khoảng cách ấy xa vời lắm, nhưng khi ta nhận thấy được rằng thái độ chấp nhận khoan dung là có thể được, thì việc ấy sẽ khích lệ ta nhiều lắm. Sự thực nghiệm tâm linh có lẽ là để khám phá ra tiềm năng ấy trong ta và khai mở nó ra. Và *chân đế thứ ba* cho ta biết việc đó chắc chắn có thể thực hiện được.

Chân đế thứ ba: Một tin vui tuyệt vời

Một yếu tố chủ yếu trong sự tu tập của đạo Phật được gọi là *chánh kiến* (*right view*). *Chánh kiến* có nghĩa là thấy biết và nhận hiểu một cách chân chánh. Một khía cạnh của *chánh kiến* là ý thức được rõ rệt mục đích của con đường tu tập *chánh niệm*. Nhưng bước chân của tôi vào con đường tu tập chánh niệm đã được hoàn toàn thúc đẩy bởi *tà kiến* (*wrong view*), tức một cái thấy sai lầm. Tôi đã tưởng rằng nếu công phu tu tập đúng mức, tôi sẽ không còn kinh nghiệm những đớn đau nữa. Lẽ dĩ nhiên cái thấy biết đó rất sai lầm. Không thể nào khi ta vẫn còn mang thân này, sống trong cuộc đời này, mà lại tránh khỏi được sự đau đớn.

Sau khi khám phá ra sự sai lầm ấy, tôi đã tự an ủi bằng niềm tin là dầu sao đi nữa tôi vẫn có thể chấm dứt được nỗi khổ của mình. Và đó chính là *Chân đế thứ ba*. *Chân đế thứ ba* nói rằng giải thoát, an lạc và hạnh phúc là những chuyện ta có thể thực hiện được - ngay trong chính cuộc đời này. Đó quả thật là một ý tưởng hết sức tuyệt diệu!

Trong vài năm trước, tôi có dạy môn Tôn giáo Đông phương cho một trường đại học Thiên Chúa giáo. Sinh viên đa số là những thiếu niên, thiếu nữ vừa học xong cấp trung học của một trường trung học Thiên Chúa giáo gần đó. Các em lớn lên, phần đông có một đời sống gia đình thoải mái, đầy đủ và rất sùng đạo, giữa một kỷ nguyên hòa bình. Các em có vẻ cảm thấy rất hoang mang khi tôi bắt đầu dạy về đạo Phật, và giới thiệu ngay đến khái niệm về khổ. Nhưng làm sao tôi có thể tránh được việc ấy. Ý niệm về khổ và sự chấm dứt khổ đau là giáo lý chủ yếu của đạo Phật. Ngày xưa đức Phật có lần đã tuyên bố như thế với một người đệ tử của ngài. Theo truyền thuyết thì người đệ tử ấy đến *chất vấn* đức Phật. Anh ta trách đức Phật đã không dạy gì cho anh về vũ trụ quan và triết học như anh đã hy vọng.

Truyện kể rằng, đức Phật trả lời: "Ta chỉ dạy có một điều và mỗi một điều mà thôi: Đó là khổ đau và con đường chấm dứt khổ đau."

Những em sinh viên trẻ của tôi lộ vẻ lo âu khi nghe tôi nói, mặc dù mọi việc dường như có vẻ là vui thú đó, nhưng cuối cùng rồi tất cả sẽ làm cho ta thất vọng, vì không có gì là trường tồn mãi mãi. Khi tôi cố gắng giải thích và cho thí dụ "Cũng giống như nhiều khi các em muốn một việc gì đó mà không được," thì chúng không đồng ý. Đa số các em có được tất cả những gì mà chúng muốn. Theo ý kiến của các em thì đạo Phật dường như hơi bi quan, và các em hỏi tôi: "Những người Phật tử có tổ chức tiệc mừng sinh nhật không cô?"

Tôi hết sức cố gắng để tìm những trường hợp khổ đau nào mà các em sinh viên của tôi có thể liên tưởng đến được. "Có bao giờ các em bị một người bạn trai hoặc bạn gái nào đó bỏ em không? Lúc đó em có cảm thấy đau khổ không?"

"Ồ," họ trả lời, "nếu khổ đau là vậy thì em có thể liên tưởng được!" Dù vậy, tôi cũng cảm thấy chút gì bất mãn khi thấy mình phải là một người mang tin buồn đến cho những người trẻ ấy.

Nhiều khi tôi thấy mình lướt qua hai *Chân đế* đầu tiên để giảng ngay đến *Chân đế thứ ba*, để tôi có thể nói đến cái tin vui. Chúng ta có thể sống hạnh phúc được. Mỗi người chúng ta có khả năng phát triển một tâm rộng lớn đủ để có thể thương yêu, tỉnh thức, đáp ứng, quan tâm đến mọi việc, và không cần phải tranh đấu. Đó không phải chỉ là một tin vui thôi, mà là một tin vui tuyệt vời.

Tam Tổ của Thiền tông và Nhất Tổ của Berkeley

Tăng Xán, vị tổ thứ ba của thiền tông Trung Hoa sống vào thế kỷ thứ sáu, đã viết: *"Chí đạo vô nan, duy hiềm giản trạch"* (*Tín tâm minh*) có nghĩa là: "Đạo lớn không khó, chỉ hiềm vì ta có sự lựa chọn mà thôi."

Khi đọc những lời ấy, tôi nghĩ: "Chắc mình sẽ

trung học Thiên Chúa giáo gần đó. Các em lớn lên, phần đông có một đời sống gia đình thoải mái, đầy đủ và rất sùng đạo, giữa một kỷ nguyên hòa bình. Các em có vẻ cảm thấy rất hoang mang khi tôi bắt đầu dạy về đạo Phật, và giới thiệu ngay đến khái niệm về khổ. Nhưng làm sao tôi có thể tránh được việc ấy. Ý niệm về khổ và sự chấm dứt khổ đau là giáo lý chủ yếu của đạo Phật. Ngày xưa đức Phật có lần đã tuyên bố như thế với một người đệ tử của ngài. Theo truyền thuyết thì người đệ tử ấy đến *chất vấn* đức Phật. Anh ta trách đức Phật đã không dạy gì cho anh về vũ trụ quan và triết học như anh đã hy vọng.

Truyện kể rằng, đức Phật trả lời: "Ta chỉ dạy có một điều và mỗi một điều mà thôi: Đó là khổ đau và con đường chấm dứt khổ đau."

Những em sinh viên trẻ của tôi lộ vẻ lo âu khi nghe tôi nói, mặc dù mọi việc dường như có vẻ là vui thú đó, nhưng cuối cùng rồi tất cả sẽ làm cho ta thất vọng, vì không có gì là trường tồn mãi mãi. Khi tôi cố gắng giải thích và cho thí dụ "Cũng giống như nhiều khi các em muốn một việc gì đó mà không được," thì chúng không đồng ý. Đa số các em có được tất cả những gì mà chúng muốn. Theo ý kiến của các em thì đạo Phật dường như hơi bi quan, và các em hỏi tôi: "Những người Phật tử có tổ chức tiệc mừng sinh nhật không cô?"

Tôi hết sức cố gắng để tìm những trường hợp khổ đau nào mà các em sinh viên của tôi có thể liên tưởng đến được. "Có bao giờ các em bị một người bạn trai hoặc bạn gái nào đó bỏ em không? Lúc đó em có cảm thấy đau khổ không?"

"Ồ," họ trả lời, "nếu khổ đau là vậy thì em có thể liên tưởng được!" Dù vậy, tôi cũng cảm thấy chút gì bất mãn khi thấy mình phải là một người mang tin buồn đến cho những người trẻ ấy.

Nhiều khi tôi thấy mình lướt qua hai *Chân đế* đầu tiên để giảng ngay đến *Chân đế thứ ba*, để tôi có thể nói đến cái tin vui. Chúng ta có thể sống hạnh phúc được. Mỗi người chúng ta có khả năng phát triển một tâm rộng lớn đủ để có thể thương yêu, tỉnh thức, đáp ứng, quan tâm đến mọi việc, và không cần phải tranh đấu. Đó không phải chỉ là một tin vui thôi, mà là một tin vui tuyệt vời.

Tam Tổ của Thiền tông và Nhất Tổ của Berkeley

Tăng Xán, vị tổ thứ ba của thiền tông Trung Hoa sống vào thế kỷ thứ sáu, đã viết: *"Chí đạo vô nan, duy hiềm giản trạch"* (*Tín tâm minh*) có nghĩa là: "Đạo lớn không khó, chỉ hiềm vì ta có sự lựa chọn mà thôi."

Khi đọc những lời ấy, tôi nghĩ: "Chắc mình sẽ

không bao giờ đạt đạo nổi!" Dường như mỗi kinh nghiệm trong đời đều mang lại cho tôi một cơ hội để có sự ưa ghét, và tôi lúc nào cũng thiên vị.

Lúc đầu tiên khi được nghe giáo lý ấy, đứa con gái nhỏ của tôi đang theo học môn múa ba-lê rất chuyên cần, và vị giáo sư của nó cho rằng nó rất có khiếu. Vào mỗi mùa giáng sinh, nó được chọn múa trong vở tuồng *Nutcracker* của đoàn, và mỗi năm được giao cho đóng một vai quan trọng hơn. Mặc dầu đứa con gái của tôi chỉ là một cô bé, tôi vẫn tưởng tượng đến một ngày nào đó, nó sẽ được đóng vai chánh *Snow Queen*, và tôi không tin rằng đến lúc ấy, tôi sẽ có một thái độ dửng dưng về việc con mình sẽ được thủ vai chánh ấy hay là một cô bé nào khác. Tôi có một sự thiên vị.

Tôi có thể hiểu được giáo lý vô phân biệt này trên một lãnh vực bình thường. Tôi biết mình sẽ không bao giờ bước vào một tiệm kem và nói: "Bán cho tôi loại kem nào cũng được," nhưng tôi cũng biết chắc là mình sẽ không khổ tâm lắm nếu họ đã bán hết kem sô-cô-la. Bởi vì còn biết bao nhiêu loại kem khác cũng thơm ngon như vậy. Đây là một bình diện phân biệt, chọn lựa được biểu hiện qua sở thích và thị hiếu bình thường cá nhân.

Điều mà tôi đã không thể hiểu tới là làm sao việc ấy cũng có thể đúng với những ý thích sâu xa của ta nữa! Thật ra, tôi đã không tưởng tượng nổi vì sao người ta lại *muốn* mình không còn có một sự phân biệt nào hết. Đối với tôi thì dường như chính sự chọn lựa mới làm cho cuộc đời hào hứng và lý thú. Lúc ấy, quan điểm của tôi hoàn toàn đi ngược lại với giáo lý của kinh Kim Cang: "*Tâm vô sở trụ*", có nghĩa là một tâm không bị dính mắc vào đâu hết. Nhưng rõ ràng, điều tôi không hiểu là sự sống này vẫn *có thể* được hào hứng *và* lý thú, và ta vẫn có thể có những dự án, hy vọng và đeo đuổi chúng hết lòng, mà vẫn sẵn sàng buông bỏ nếu chuyện không thành.

Tôi học bài học lớn ấy từ *Bill*, một người bạn đã qua đời cách đây hơn hai thập niên. Tôi thường nghĩ đến anh như là vị Tổ Thứ Nhất của vùng *Berkeley*.

Bill bị bệnh ung thư vào năm anh ta còn rất trẻ, mới bốn mươi tuổi. Anh có vợ, một sự nghiệp đang lên và những đứa con thật dễ thương. Khi biết rằng cái chết gần kề, anh viết một lá thư để gửi đến bạn bè sau khi anh qua đời. Trong thư, anh viết về cuộc đời của mình: "Tôi còn muốn nhiều chuyện muốn làm nữa, nhưng không bao giờ tôi muốn nó sẽ là gì khác hơn!"

Tôi nghĩ, nếu tôi có thể sống cuộc đời mình được như vậy thì kỳ diệu vô cùng, muốn thêm nhiều nữa là một sự tán thưởng đối với cuộc đời, nhưng tôi sẽ không bao giờ muốn nó là gì "khác hơn".

Tôi có người bạn là một vị thầy dạy *Zen*. Anh

ta kể cho tôi nghe về một bài kệ thị tịch. Có một tập sách sưu tầm các bài kệ thị tịch để lại bởi những thiền sư - theo truyền thống Zen, các ngài nói ra vào hơi thở cuối trước khi viên tịch. Anh bạn kể cho tôi nghe về một bài kệ thị tịch viết: "Kệ thị tịch là chuyện láo lếu. Chết chỉ là chết."

Vị thiền sư ấy nhắc tôi nhớ đến một người bạn khác là *Pat*, cũng qua đời vì chứng bệnh ung thư vào năm bốn mươi mấy tuổi, để lại bốn đứa con, nhiều bạn hữu và một sự nghiệp luật sư lý thú. Tôi học được từ cô là chúng ta vẫn *có thể* có sự thiên vị, một sự thiên vị sâu sắc, không bao giờ thối chí, và cũng không hề đắng cay về nó.

Pat sống được thêm vài tháng sau khi biết là cuộc chiến đấu với cơn bệnh của cô đã không còn hy vọng. Cô ta dùng thời gian còn lại để hàn gắn mối liên hệ với người chồng cũ, hoàn tất những công việc còn dở dang, tâm sự với bạn bè và bộc lộ hết với họ những gì cô hằng muốn nói. Có những chuyện cô muốn giải quyết, và tuy chúng rất rắc rối về tình cảm, nhưng cô vẫn cứ làm. Lúc gần cuối đời, cô nói với tôi bằng một giọng hết sức bình thường và thực tế: "Chị biết không, tôi đã trưởng thành rất nhiều về mặt tình cảm nhờ chứng bệnh ung thư này. Tôi đã làm được những chuyện mà tôi không bao giờ dám làm nếu như tôi không có bệnh. Nhưng thành thật mà nói, tôi vẫn ước gì mình không mắc bệnh và không phải trưởng thành."

Một sự thật rất đơn sơ. Trưởng thành cũng không hay ho gì. Sống thì vẫn thú vị hơn. Được trao cho những gì không thể thay đổi được, cô bạn tôi đã sống những ngày cuối đời mình bằng một thái độ vui vẻ và sẵn sàng. Một ngày trước khi mất, tôi bắt gặp cô ngồi trên giường đọc báo. Cô nói: "Tôi đã làm hết mọi chuyện rồi, bây giờ chỉ còn chờ đợi thôi." Tôi nghĩ việc ấy đủ cho cô xứng đáng làm vị Tổ Thứ Nhất của vùng *San Anselmo*.

Đứa con gái của tôi không bao giờ được đóng vai chánh *Snow Queen*. Nó đã không trở thành một vũ công, và thái độ chấp nhận của nó cho phép tôi buông bỏ những kỳ vọng của chính tôi. Tôi vẫn còn thích xem tuồng *Nutcracker*, và tôi rất vui thú tưởng tượng đến cái cảm xúc của người mẹ cô bé đang thủ vai *Snow Queen*. Tôi cũng cảm thấy nỗi vui ấy khi xem những trận đấu banh trên ti-vi, khi nhìn thấy mẹ của một cầu thủ đứng reo hò trên khán đài, ngay sau khi con mình vừa thắng điểm. Tôi cảm động vô cùng, đôi khi đến chảy nước mắt. Tôi cũng khóc khi thấy những chuyện bất hạnh xảy đến cho người ta. Không có một vị thuốc nào có thể chữa được tiếng khóc. Và tôi rất mừng về sự bất lực ấy.

Chân đế thứ ba rưỡi

Đức Phật dạy rằng, chấm dứt khổ đau là chuyện có thể được. Ngài dạy, chúng ta có thể tu tập rèn luyện tâm mình, giữ cho nó được trong sáng và rộng lớn, để mọi kinh nghiệm của ta đến và đi trong một đại dương bao la của tuệ giác. Khổ đau và an lạc sẽ đến rồi đi, thỏa mãn và thất vọng sẽ đến rồi đi, và tâm ta vẫn giữ được sự tĩnh lặng muôn thuở của nó. Ý thức được rằng ta không cần phải được thỏa mãn mới có hạnh phúc, là một tự do rất lớn.

Nhưng dù sao thì tôi vẫn chưa chấm dứt được khổ đau, tôi biết không phải vì tôi chưa khao khát đủ. Tôi khao khát lắm chứ! Cũng không phải vì tôi không hiểu. Trong thâm tâm, tôi tin giải thoát là chuyện có thể được. Tôi biết, chúng ta tranh đấu vất vả vì ta bám chấp và cho những chuyện xảy ra là của riêng mình, thay vì nhìn chúng như một phần của vở tuồng vũ trụ to lớn đang khai mở. Tôi biết *chắc* là mọi việc đều do duyên khởi và ít nhiều tôi tin vào *karma,* tức luật nhân quả.

Tuy nhiên, tôi vẫn vất vả tranh đấu và tôi đau khổ. Nhưng dù sao thì bây giờ tôi cũng ít khổ đau hơn, và tôi cũng không còn bị tuyệt vọng vì những nỗi khổ, như trong quá khứ.

Vì vậy, tôi cộng thêm một nửa *Chân đế* nữa.

Nửa chân đế ấy là "Khổ đau có thể chăm sóc được (*manageable*)." Còn thiếu một chút nữa là chấm dứt được khổ đau, điều mà tôi hoàn toàn tin là có thể được, nhưng tôi hài lòng với việc mình có thể đối trị được khổ đau một cách tốt đẹp hơn. Vì biết rằng tôi có thể săn sóc được khổ đau của mình, tôi không còn sợ hãi những đau đớn như khi trước.

Ngày nay, tôi thường nói thẳng với học trò của mình, mặc dù đức Phật có dạy là ta có thể chấm dứt được khổ đau, nhưng chính tôi chưa đạt đến trình độ ấy. Học trò của tôi không thất vọng. Và tôi cũng không hề mất đi một điểm nào. Nghe được rằng ta có thể săn sóc được những khổ đau của mình, đối với họ đã là một tin vui lắm rồi.

Một nửa *Chân đế* phụ thêm đó còn giúp cho tôi có lòng từ bi đối với chính mình và người khác hơn. Tôi có thể thấy được tôi đã bị dính mắc ra sao, tôi đã vất vả, khổ đau như thế nào, tôi đã mong muốn những gì, và cuối cùng rồi thì mọi việc cũng đã thay đổi và giải quyết ra sao. Tôi thương mình hơn, khi hiểu tôi đã tạo nên biết bao nhiêu đau đớn trong tâm cũng vì những bám víu bị điều kiện của mình. Ý thức được nỗi khổ của mình, mặc dù đã nhiều năm tu tập và dù đã có một hiểu biết nào đó, tôi vẫn rất nhạy cảm đối với một nỗi đau chắc phải là rất *to tát* của tất cả mọi người đang cùng với tôi chia sẻ trái đất này.

Tim tôi vẫn còn níu kéo

Trong một bài nhạc tình, câu "Tim em gắn bó với anh" là một lời yêu thương rất nồng nàn tha thiết. Chúng ta muốn trái tim và ý nghĩ của người mình yêu gắn chặt với mình. Nhưng theo sự hiểu biết của nhà Phật thì chính sự bám víu, dính mắc này là nguyên nhân của khổ đau. Mặc dù vậy, trái tim của tôi vẫn còn rất dính mắc. Vào những ngày đẹp trời thì nó ít bị dính mắc hơn một chút.

Lúc mới bắt đầu tu tập, một trong những việc mà tôi thích nhất là được nghe kể chuyện về đức Phật và Phật pháp. Trước khi tôi ý thức được là ta cũng có khả năng tĩnh tâm và cảm nhận được giải thoát là gì, tôi rất thích được nghe kể những câu chuyện về giải thoát.

Những câu chuyện về đức Phật bao giờ cũng rất kỳ diệu. Thường thì chuyện được bắt đầu bằng sự mô tả về nơi chốn đức Phật thuyết pháp, tên của những nhân vật chánh đến nghe pháp. Và thường thì chuyện kể lại có một vị nào đó "từ chỗ ngồi của mình trong đại chúng, đứng dậy, đảnh lễ đức Phật, xong ngồi xuống và nghe pháp." Và tiếp theo "Đức Như Lai nói như thế này," rồi chuyện trình bày một bài pháp trong đó đức Phật giải thích về chân tánh của mọi vật. Câu chuyện thường được chấm dứt bằng câu:

"Sau khi nghe Phật nói xong, các vị... đều được giác ngộ hoàn toàn" hoặc là: "Nghe xong, tất cả đại chúng đều được hoàn toàn giác ngộ." Lời kết ấy thường được viết như thế này: "Và tâm các ngài, nhờ không còn bị dính mắc, được giải thoát khỏi những sự ô nhiễm."

Tôi yêu thích những lời ấy vô cùng. Trải qua biết bao nhiêu năm tu tập cho đến ngày hôm nay, mỗi khi có dịp được nghe ai thuyết pháp, tôi đều tưởng tượng rằng có thể đây là lúc mình sẽ đạt được sự giác ngộ hoàn toàn và cuối cùng, như những vị ấy. Sự thật là điều đó đã xảy ra trong thời đức Phật, đã để lại cho ta một tiền lệ rất tốt. Có điều là nó chỉ *chưa* xảy đến cho tôi mà thôi!

Tôi nghĩ việc ấy đã không xảy đến dễ dàng cho chúng ta, là vì tâm ta đã bị điều kiện bởi những phản ứng theo thói quen quá nặng nề. Thói quen của tâm rất khó thay đổi. Tôi thường hay bị nhức đầu mỗi khi tức giận, vì tôi không biết cách nào để biểu lộ sự bất mãn của mình ra cho được tự nhiên. Bây giờ tôi có thể bày tỏ cảm xúc tức giận của mình thoải mái hơn, nhưng đôi khi tôi cũng cần một cơn nhức đầu để nhắc nhở là mình đang giận. Và tôi cũng hoàn toàn tin rằng khổ đau phát sinh mỗi khi tôi gắng chống cự lại với những biến cố nào trong đời mà tôi không thay đổi được. Dù biết vậy, đôi lúc, tôi vẫn cứ khăng khăng chống cự. Thói quen thật rất khó chuyển đổi.

Tôi có một giả thuyết về việc vì sao thói quen của tâm lý và tâm linh lại khó có thể xóa bỏ hoàn toàn. Tôi gọi đó là giả thuyết *chiếc-áo-thun-của-sự-thay-đổi* trong tâm.

Đã lâu rồi, trong một tiết mục quảng cáo trên ti-vi có một bà mẹ đưa lên chiếc áo thun của con trai mình, cho thấy những nơi bị dính dơ bởi bơ đậu phụng, mứt, chỗ cậu ta làm vấy kem sô-cô-la, và những nơi cậu ta lăn lộn chơi banh trên đất bùn. Bà ta bỏ chiếc áo thun dính bẩn ấy vào máy giặt và cộng thêm với loại xà bông mà họ muốn quảng cáo với khán giả. Sau đó khi bà lấy ra khỏi máy giặt, chiếc áo trở nên trắng tinh như mới, không còn một tì vết nào. Trong kinh nghiệm giặt quần áo suốt đời tôi, tôi chưa bao giờ thấy một chiếc áo nào khi lấy ra khỏi máy giặt mà trông hoàn toàn như mới. Lúc nào cũng có một vài chỗ bị phai màu, và ngay cả những trường hợp hiếm hoi khi mọi chỗ dính bẩn đều được giặt sạch, chiếc áo vẫn không bao giờ có thể thẳng thớm như khi còn mới. Những dấu vết cho thấy chiếc áo đã được mặc rồi sẽ dính vào nó mãi mãi.

Tôi nghĩ đối với tâm ta cũng vậy, và tôi nghĩ việc ấy cũng bình thường thôi. Nếu chúng ta biết bên nào của chiếc áo bị ngắn hơn, ta có thể nhét bên ấy vào cho chặt hơn một chút, và rồi thì nó cũng xem rất chỉnh tề.

Nếu như tâm tôi không bị dính mắc, tôi sẽ hoàn toàn không có sự lo sợ. Không có gì đe dọa tôi được, vì không có một vật gì tôi sợ phải đánh mất, và cũng không có một vật gì tôi cần cho hạnh phúc của mình. Nhưng tâm tôi vẫn còn dính mắc, nên đôi khi tôi vẫn sợ rằng không có được những gì mình nghĩ là cần thiết, hoặc sẽ đánh mất những gì tôi nghĩ là mình muốn.

Nhưng dầu sao đó cũng không còn là một vấn đề lớn nữa, vì sự sợ hãi không còn làm tôi kinh khiếp như xưa. Tôi biết nó có mặt là do sự dính mắc của mình, và tôi biết nó rồi sẽ đi qua. Tôi có thể tự nhủ: "Tôi đang sợ hãi, bởi dù tôi biết cái gì là chân thật, nhưng ngay lúc này tôi đã quên mất. Nhưng tôi biết khả năng ấy hiện hữu." Và khả năng ấy, niềm tin tưởng ấy, đã đem lại cho tôi thật nhiều hy vọng, giữa những cơn dông tố hãi hùng trong cuộc đời.

Chân đế thứ tư: Vòng tròn Bát chánh

Giả sử chúng ta dùng hình ảnh một cuộc hành trình để biểu thị cho sự tầm đạo. Có một tấm bản đồ chánh mà đức Phật để lại cho chúng ta, cho hành trình đi đến hạnh phúc và an lạc, được gọi là *Bát chánh đạo*, tức *Con đường của Tám nguyên tắc hành động chân chánh*. Nhưng tôi thường nghĩ ta nên gọi là *Vòng tròn bát chánh* thì đúng hơn.

Con đường thì phải đi từ nơi này đến nơi kia,

và khi đến gần *nơi kia* hơn, ta sẽ cách xa *nơi này* hơn. Và con đường thì có tính cách tiến triển từng bước một. Cũng như một cái thang, ta không thể đột nhiên nhảy ngang vào nấc thứ năm rồi bắt đầu leo lên được. Trên một con đường thật sự cũng thế, ta phải bắt đầu từ điểm khởi đầu và tiến bước đều đặn có thứ tự cho đến điểm cuối cùng. Nhưng với một vòng tròn thì ta có thể bắt đầu ở bất cứ điểm nào, và nó cũng vẫn nằm trên cùng một vòng tròn.

Khi giảng về con đường *Bát chánh* của ngài, đức Phật dạy rằng nó có một số những tính chất đặc biệt. Người ta có thể vững tin là mình đang đi đúng đường nếu thấy được một trong tám bảng hiệu đặc biệt. Tám bảng chỉ đường đó là: thấy biết chân chánh (*chánh kiến*), suy nghĩ chân chánh (*chánh tư duy*), nói năng chân chánh (*chánh ngữ*), hành động chân chánh (*chánh nghiệp*), mưu sinh chân chánh (*chánh mạng*), siêng năng chân chánh (*chánh tinh tấn*), thiền định chân chánh (*chánh định*), và nhớ nghĩ chân chánh (*chánh niệm*).

Người du khách nhìn thấy một trong những bảng chỉ đường này sẽ biết là mình đang đi về hướng của an lạc và hạnh phúc.

Thứ tự mà du khách nhìn thấy những bảng ấy trên đường không quan trọng. Vì nếu nhìn cho sâu sắc ta sẽ thấy rõ: Trong một cái có tàng chứa tất cả những cái khác. Chỉ cần một chút của sự *thấy biết chân chánh* thôi, ví dụ như một *ý nghĩ* cho rằng ta có thể có an lạc cho dù không được thoả mãn, sẽ khơi dậy sự *suy nghĩ chân chánh* thúc đẩy ta cố gắng *siêng năng chân chánh* để phát triển thêm sự *thấy biết chân chánh* ấy. Và bất cứ một ai muốn tu tập *nói năng chân chánh*, muốn mỗi lời mình nói ra đều hữu ích và đúng với sự thật, sẽ khám phá rằng ta không thể nào không có sự *nhớ nghĩ chân chánh*. *Nhớ nghĩ chân chánh* có nghĩa là biết chú ý trong mỗi giây mỗi phút, và những ai thực tập điều đó đều biết rằng nó cần phải có sự *thiền định chân chánh*. Ta không thể nào nói rằng, "*Bát chánh đạo* sao phức tạp quá. Tôi chỉ muốn tu *Nhất chánh đạo* thôi!" Việc ấy không thể nào có được. Tất cả đều có liên hệ mật thiết với nhau.

Vì vậy, trên hành trình đi đến an lạc và hạnh phúc, bạn có thể bắt đầu ở bất cứ điểm nào. Tôi cũng hơi do dự về việc gọi sự tu tập ấy là một vòng tròn. Vì một vòng tròn, cho dù là nhỏ bé, cũng choáng một khoảng không gian. Và không gian sẽ tạo nên một ý niệm về *nơi này* và *nơi kia*. Thật ra chẳng có một *nơi kia* nào hết. Khi chúng ta tỉnh thức và an lạc, chúng ta đang thật sự sống ở *nơi này* hơn bao giờ hết. Nhưng vì sự tỉnh thức ấy có xảy ra và sự tu tập có hiệu quả, nên chúng ta cần phải gọi đó là gì. Tôi nghĩ có lẽ ta nên gọi đó là *Bát chánh điểm*.

Chánh kiến: Bạn tôi Alta và vô thường

Khi người ta nói đến phương thức tạo hạnh phúc của đức Phật, người ta thường bắt đầu bằng sự *thấy biết chân chánh*, tức *chánh kiến*. Thấy biết chân chánh có nghĩa là tin rằng, ít nhất cũng đôi chút, là tuy cuộc sống có nhiều sự thất vọng *không tránh được*, nhưng ta vẫn có thể có hạnh phúc. Khi nghe vậy, có nhiều người chú ý ngay đến sự kiện là có một phương thuốc chữa trị cho nỗi khổ trong cuộc đời, nhưng lại miễn cưỡng không muốn nghĩ đến cái phần *không tránh được* kia. Nhưng chính cái phần không tránh được ấy mới thật sự có một công năng khai phóng, vì không có nó chúng ta sẽ nghĩ rằng mọi việc có thể tốt đẹp mãi mãi, nếu ta biết khôn khéo hoặc biết cố gắng đúng mức. Nhưng không có gì sẽ hoàn hảo mãi mãi, vì không có gì trên đời này là thường hằng cả.

Ý thức về vô thường là một thành phần chủ yếu của tuệ giác. Và mặc dù đức Phật đã giảng dạy rất nhiều việc, nhưng chính ra đức Phật đã dạy về lý vô thường trong hơi thở cuối của ngài. Truyền thuyết kể rằng, đó là lời nói trước câu tuyên bố cuối cùng mà đức Phật để lại trước khi ngài nhập diệt: *"Tất cả các pháp hữu vi đều vô thường."* Có nghĩa là: *"Mọi vật đều thay đổi."*

Bác *Alta*, bạn của tôi, mất khi được bảy mươi

chín tuổi. Tôi gặp bác khoảng hai mươi lăm năm trước đó, khi bác ghi tên học lớp *yoga* do tôi hướng dẫn. Bác bảo tôi: "Ông nhà tôi vừa mới mất sau một thời gian dài bệnh hoạn, và bây giờ thì tôi bắt đầu xây dựng đời mình lại từ đầu."

Bác trở nên ham thích học những lớp về tâm linh và theo học hết những khóa do tôi hướng dẫn. Có lẽ bác cho rằng tôi là thầy của bác, nhưng thật ra bác mới chính là thầy của tôi.

Câu chuyện về bác *Alta* bắt đầu biến đổi khoảng mười năm trước đây. Bác bị đau lưng, có lẽ trong một chuyến chạy bộ ba dặm Anh thường ngày của bác, và vì cơn đau khá dữ dội, bạn của bác thuyết phục bác nên đi khám bác sĩ.

"Lần cuối bác đi khám sức khoẻ là lần nào?" Bác sĩ hỏi.

"Chắc cũng đã ba mươi lăm năm rồi." Bác Alta đáp.

Đôi lông mày của vị bác sĩ hơi nhướng cao. "Ba mươi lăm *năm*? Thế còn bác khám ngực và thử *mammograms* thì sao?"

"Tôi chưa thử bao giờ."

"Còn những 'thay đổi khác' thì như thế nào?"

"Tôi đã trải qua hết." Bác trả lời.

Trải qua những biến cố đổi thay trong cuộc đời là việc mà bác *Alta* sành sỏi nhất, và với khả năng ấy, bác là một gương mẫu cho tôi. Chúng tôi đã trở thành bạn thân, bỏ ra nhiều ngày mưa mùa đông trong phòng khâu vá của bác, thường là để may quần áo cho tôi. Tôi kể cho bác nghe về gia đình của tôi, và bác kể chuyện của bác - những câu chuyện mà phụ nữ thường hay tâm sự với nhau trong khi may vá.

Tôi thường cảm thấy nhẹ nhõm khi thấy những chuyện tôi cho là một vấn đề, đối với bác lại chẳng đáng gì hết. Và tôi để ý thấy bác có thể kể cho tôi nghe về những khó khăn trong gia đình bác, mà tôi thấy thật *to lớn*, trong khi bác vẫn điềm đạm may vá không trật một đường kim. Tôi biết bác buồn, nhưng bác vẫn có vẻ thoải mái. Tôi thường hỏi: "Bác không bất mãn sao?" Bác trả lời: "Mình đã làm hết những gì có thể làm rồi thì bực mình cũng chẳng có ích lợi gì."

Khi chúng ta thật sự hiểu rằng bất cứ một việc gì rồi cũng thay đổi, ta sẽ có được một cái nhìn sáng suốt hơn đối với những biến cố xảy ra trong đời mình. Giả sử như khi gặp một hoàn cảnh khổ đau nào ta không thể thay đổi được, ít nhất ta cũng có một niềm tin là nỗi đau ấy sẽ không kéo dài mãi mãi. Nhiều khi, chính cái *ý nghĩ* cho rằng nỗi đau sẽ không bao giờ chấm dứt đã khiến ta không thể chịu đựng nổi. Khi an ủi những ai đang chịu tang, người ta thường nói: "Thời gian sẽ chữa lành tất cả," nhưng người nghe khó có thể tin được việc ấy. Trong cơn đau, chuyện ấy thấy mơ hồ quá.

Chánh kiến có nghĩa là ta cảm thấy khổ đau nhưng vẫn nhớ rằng nỗi đau nào cũng có một giới hạn, và từ đó ta tìm được an ủi. Và, khi mọi việc là hạnh phúc, ngay cả cực kỳ hạnh phúc, ý thức về vô thường sẽ không làm giảm bớt niềm vui của ta, mà còn làm tăng trưởng nó thêm nữa.

Chánh tư duy: Thực tập sự khác biệt

Nhiều năm trước đây, khi tôi mới được hơn hai mươi tuổi, đi phi cơ đối với tôi vẫn còn là một cái gì mới lạ lắm. Tôi bay đến thành phố *Newyork* từ *Atlanta, Georgia*. Hôm ấy trời mưa to, và chiếc phi cơ chong chóng của tôi không bay cao hơn mây, nên chúng tôi bị dần vặt dữ lắm. Tôi ngồi bám cứng lấy chỗ gác tay trên ghế, nghiến chặt răng, cứ thỉnh thoảng lại đếm nhịp tim của mình, và mong từng phút cho đến khi phi cơ đáp.

Một "bà đứng tuổi" trong chiếc ghế cạnh bên (có lẽ cũng khoảng tuổi tôi mà thôi) ngồi bất động, nhận đĩa ăn trưa từ cô tiếp viên hàng không, và múc ăn. Tôi tự hỏi: "Sao cô ta chẳng sợ gì hết vậy?" Sau khi phi cơ vừa chạm bánh xuống phi đạo của phi trường *Newyork*, tôi thở phào nhẹ nhõm: "Cám ơn thượng đế!" Cô ta quay sang tôi và mỉm cười: "Đúng vậy!"

Đó là một bài học thật đáng để tôi nhớ mãi.

Cô ta có sợ đó chứ, nhưng cô vẫn thưởng thức được bữa trưa của mình!

Bạn của tôi, *Elizabeth*, bị giải phẫu ung thư ngực mười năm trước đây. Trong khi tôi và *Jim*, chồng chị, đứng chờ ngoài phòng hồi sức, mấy cô y tá ghé qua báo cho chúng tôi nghe tin tức về chị và kể lại là thấy chị rất vui tươi khi được đẩy vào phòng mổ. Họ tỏ vẻ khâm phục sự thoải mái và thái độ không sợ sệt của chị. Sau này tôi nói lại cho *Elizabeth* nghe về chuyện của mấy cô y tá kể. Tôi hỏi: "Có thật là chị không sợ hãi một chút nào không?" Chị cười to và nói: "Tôi sợ khiếp đi đó chứ, nhưng tôi nghĩ làm cho người khác bất an chẳng có ích lợi gì."

Cô bạn ngồi trên phi cơ cũng như chị *Elizabeth*, cả hai đã không hề chối bỏ cảm xúc của mình. Cả hai nào có ưa thích gì về chuyện xảy đến cho họ, nhưng họ cũng không có một sự chọn lựa nào khác. Sự chọn lựa duy nhất mà họ có là thái độ trong việc sử dụng thời gian ấy. Có được khả năng để chọn lựa một thái độ, một phong cách, đối với tôi, dường như là một tự do lớn. Có lẽ đó là ý nghĩa sâu sắc nhất của câu *"tự do chọn lựa."*

Suy nghĩ chân chánh, tức *chánh tư duy*, là những gì phát huy trong tâm thức khi chúng ta hiểu rằng mình có sự tự do chọn lựa. Sự sống lúc nào cũng sẽ khai mở theo đường lối của nó: dễ chịu hoặc khó khăn, thất vọng hoặc vui tươi, biết trước được hoặc bất ngờ... hoặc tất cả những cái vừa kể! Hạnh phúc biết bao khi biết rằng, bất cứ một làn sóng nào từ biển khơi xô đến ta cũng có thể vui vẻ cười lên nó được. Nếu thiện nghệ hơn một chút, ta có thể như những người cưỡi ván lướt sóng (*surfer*) chuyên môn, mừng vui mỗi khi được gặp những cơn sóng to.

Áp dụng sự suy nghĩ chân chánh vào đời sống hằng ngày có nghĩa là ta cương quyết hành xử sao cho có thể nới rộng giới hạn của những phản ứng bị điều kiện của ta. Nếu muốn có những bắp thịt nở nang, tôi cần phải tận dụng hết mọi cơ hội để tập thể dục. Nếu muốn có một lối sống thương yêu, rộng lượng và không sợ hãi, tôi cần phải thực tập khắc phục những khuynh hướng giận dữ, tham lam hoặc mê lầm trong tôi. Cuộc đời là một phòng tập thể dục tuyệt diệu. Mỗi hoàn cảnh là một cơ hội tu tập. Trong thuật ngữ của nhà Phật, đó còn được gọi là phát triển sự *vô tham, vô sân* và *vô si*.

Tha thứ

Bà ngoại của *Ronna* đã không thực tập vô sân. Trong suốt ba mươi năm cuối đời, bà mang trong lòng một nỗi hận câm lặng đối với mẹ của *Ronna*. Sự căm hận ấy vẫn tiếp tục mặc dù ký ức của bà đã phai mờ. Một hôm, lúc gần kề với cái chết, bà cụ hỏi *Ronna*: "Con có nhớ ta giận mẹ con về việc gì không?" *Ronna* nhớ, nhưng cô ta thấy nhắc lại cũng chẳng ích lợi gì nên cô đáp: "Không, con cũng không nhớ nữa!" Bà ngoại cô nói: "Ta cũng quên mất rồi, nhưng ta nhớ là ta giận nó lắm!"

Tập dượt "bắp thịt" sân hận nhiều đến độ nó tự hoạt động một mình, chuyện ấy tôi thấy tội nghiệp quá! Tôi bất mãn nhất là mỗi khi nghe ai nói: "Ngày nào tôi vẫn còn sống, tôi sẽ không bao giờ tha thứ cho người đó!" Tôi tự nghĩ: "Thật tội nghiệp cho cô ta. Cô đã bị người kia làm đau khổ, và bây giờ cô còn định ôm giữ nỗi đau ấy mãi bằng cách tôn thờ nó trong ký ức."

Việc ấy gợi tôi nhớ đến những cảnh trong loại phim cao bồi được quay vào thập niên 40, có vị cảnh sát trưởng bắt một tội phạm nhốt vào *xà-lim* và đóng cửa lại, nhưng không khóa. Điều khôi hài là người tù la lối và khua những chấn song sắt ầm ĩ, trong khi khán giả đều biết rằng anh ta chỉ cần đưa tay mở cửa là có thể bước ra.

Nhưng đôi khi tôi thấy người ta còn làm những chuyện tệ hơn là chỉ khua những chấn song. Thay vì tự giải cứu, chúng ta lại khư khư ôm giữ lấy cơn giận mà ta cho là chính đáng, bằng cách cứ nhắc đi, nhắc lại những đau buồn của mình. Việc đó cũng giống như là ta đang cầm cây chìa khóa trong tay, với tay tự khóa nhốt mình lại, rồi quăng chiếc chìa khóa ra ngoài xa.

Trong một bài pháp đức Phật giảng tại vườn *Jetavana*, ngài dạy, những ai cứ tiếp tục nghĩ về những lúc mình bị lạm dụng hoặc bị làm xấu hổ, sẽ không bao giờ có thể giải thoát ra khỏi sự sân hận. Và những ai có thể buông bỏ những tư tưởng ấy, ngài dạy tiếp, sẽ có thể biết thương yêu.

Có lần tôi đang giải thích điều này cho một lớp của tôi, thì có một cậu học trò nói to: "Lẽ dĩ nhiên, thưa cô. Tha thứ là cái giá mà ta phải trả cho sự tự do." Tôi nói: "Tom, câu ấy hay lắm. Tôi có thể dùng nó để đi dạy được không?" Cậu ta đáp: "Được chứ, nhưng cô phải nhớ nhắc là 'Tom nói câu đó.'" Và lúc nào tôi cũng nhắc điều ấy.

Những củ hành tây

Không phải bao giờ bạn cũng có thể biết được lúc nào, hoặc vì lý do gì, lòng tham lam của mình lại nổi dậy. *Chánh tư duy*, tức *suy nghĩ chân chánh*, là một sự cố gắng để đối trị lại sự nổi dậy ấy.

Mùa thu năm ngoái, tôi và chị bạn thân *Mary Kay* trồng hành tây vào đúng ngày trăng rằm tháng mười. Quyển lịch niên giám nói rằng trăng tròn sẽ bảo đảm cho việc được mùa to. Công việc gieo trồng rất là chậm chạp, vì mỗi cọng hành non mỏng manh cần phải được trồng riêng rẽ, nhưng cũng rất thích thú vì thời tiết rất mát và chúng tôi có dịp tâm sự với nhau.

Chúng tôi chúc mừng lẫn nhau về việc đã chọn được một ngày lành tháng tốt để khởi công. Tôi nói: "Nếu chúng ta thật sự thu hoạch được một mùa *thật to* thì sao? Chị có nghĩ là tụi mình có thể cất chúng trong nhà hết không? Hay là phải phơi khô? Ta có phải thái nhỏ ra, bỏ vào bao và giữ trong tủ lạnh không?"

Mary Kay nói: "Mình có thể đem biếu một số cho những tiệm ăn dành cho người nghèo, hoặc là cho những nơi nuôi người không nhà."

Mary Kay là giám đốc của một nhà tạm trú dành cho những người vô gia cư, và tôi cũng thường hay mang đồ đến đó cho. Dù vậy, dẫu biết rằng tôi có thể ra chợ mua một xe củ hành đem tặng họ, nhưng tôi muốn là những cây hành từ khu vườn *này* phải đi vào bụng *của tôi*. Một cây hành là một cây hành, và tôi trồng là vì tôi thích trồng, không phải vì tôi không thể mua được. Mặc dù vậy, tôi cũng cảm thấy rất khó chịu về một sự mất mát giả tưởng trong tương lai. Đó là một nỗi đau thật sự, một tâm dính mắc vào một cái gì nó nghĩ là nó cần, cho dù đó chỉ là một cọng hành.

Tôi không muốn phải thú tội về sự tham lam

của mình, tránh lãnh thêm khổ đau, nên tôi vượt qua nó. Tôi nói thật lòng: "Lẽ dĩ nhiên tụi mình sẽ đem cho." Và tôi cảm thấy vô cùng sảng khoái.

Tại thành phố *Alexander Valley* tại *California* nơi tôi cư ngụ, ở một tiệm hàng có một bảng hiệu ghi: "Tự do không phải là quyền cho phép bạn làm bất cứ việc gì bạn muốn, mà là để làm những gì bạn nên làm."

Cháu ngoại tôi và tu viện

Mấy năm trước đây, tôi có phát nguyện rằng khi đối diện với bất cứ một việc gì mà tôi sợ hãi, và nếu tôi nghĩ là mình có thể làm được, tôi sẽ làm. Châm ngôn của tôi là: "Nếu người khác làm được, thì tôi cũng có thể làm được." Nguyên tắc ấy đã thúc đẩy tôi làm những việc mà bình thường có lẽ tôi đã chịu khuất phục. Nó cho phép tôi dám lặn xuống đáy sâu để thấy được một thế giới kỳ diệu dưới lòng đại dương, và nó cũng đã nâng đỡ tôi qua những kinh nghiệm mãnh liệt và dị thường trong thiền tập, để tôi có thể nhìn được tận mặt một thế giới kỳ diệu của nội tâm.

Sợ hãi là một thói quen của tâm thức. Có người có thói quen ấy nhiều hơn kẻ khác. Nhưng nó bao giờ cũng là dư thừa và không cần thiết. Bị giam hãm bởi sự sợ hãi là một hình tướng của si mê. Ta chỉ có thể hoặc là làm được một việc gì, hoặc là không làm được, thế thôi. Nếu tôi thật sự không thể làm được - ví dụ như tôi rất vụng về về máy móc, lái máy bay là chuyện không khôn ngoan chút nào hết - tôi sẽ không làm. Và nếu tôi thật sự có khả năng, và nếu đó là một công việc lành mạnh, tôi sẽ bắt buộc mình phải cố gắng.

Có một hôm tôi khám phá ra rằng, sự sợ hãi thật ra chỉ là một chuỗi tác động của tế bào thần kinh trong bộ óc mà thôi! Thấy được điều ấy, tôi rất bất mãn là sao mình lại chịu giam cầm bởi những dòng điện đơn sơ chạy ngoằn ngoèo trong đầu ấy!

Các bà nội, bà ngoại thường đóng vai trò của một vị thầy tâm linh. Bà ngoại tôi là vị thầy đầu tiên của tôi, và tôi hy vọng sẽ tiếp tục được nhận lãnh vai trò ấy của bà cho các thế hệ về sau. Bài học mà tôi lãnh hội nhiều nhất từ bà là phải biết cương quyết chịu đựng khi đối diện với những hoàn cảnh khó khăn. Bà sẽ hỏi: "Ở đâu nói rằng ta lúc nào cũng phải được vui vẻ?"

Có một lần tôi dẫn đứa cháu tôi, *Collin*, đến thăm chị bạn *Mary*, lúc nó mới lên ba tuổi. *Mary* là một tu sĩ thuộc dòng nữ tu *Dominican* ở *San Rafael*. Lúc chúng tôi đến viếng thăm, chị đang sống tại một tu viện thật đẹp và đồ sộ, đã được sử dụng làm trung tâm cho dòng tu của chị trong nhiều năm qua.

Tu viện có những cánh cửa to lớn, nặng nề và hùng vĩ, với những chiếc cầu thang rất dài dẫn lên chúng. *Mary* kể cho tôi nghe những cánh cửa ấy đối với chị dễ sợ như thế nào khi lần đầu chị đến đây, cách nay đã hơn ba mươi năm, khi chị mới bước vào dòng tu. Thằng bé *Collin* cũng chẳng thích chút nào.

"Cháu không thích mấy bậc cầu thang này, bà ngoại. Mình về đi!"

"Bây giờ không phải là lúc đi về. Bây giờ là lúc chúng ta thăm viếng bác *Mary*."

"Nhưng cháu *thật* là không thích mấy nấc thang này, ngoại!"

"Cháu đâu cần phải thích chúng, *Collin*. Cháu chỉ cần leo lên chúng mà thôi. Nắm tay ngoại đi, hai bà cháu mình cùng đi với nhau."

Chúng tôi đã ở lại thăm *Mary*, và dĩ nhiên *Collin* cũng thích thú lắm. Nó dám leo lên cả chiếc cầu thang chánh dài nhất của tu viện. "Xem kìa bà ngoại, nhìn những bậc thang ấy kìa!" Nó cảm thấy hãnh diện về chiến thắng của nó, và tôi thì cảm thấy rất vui về những bước đầu trên con đường tu tập tâm linh của nó.

Tôi thường kể lại chuyện của *Collin* cho các học trò của tôi, đặc biệt cho những ai đang thực tập thiền quán trong một khóa tu. Tôi kể câu chuyện ấy những khi nghe một thiền sinh nào nói: "Tôi đang kinh nghiệm thân và tâm tôi một cách rất khác lạ, tôi cảm thấy sợ hãi quá!" Tôi muốn họ biết rằng cái gì mới lạ và khác thường bao giờ cũng có thể gây nên một cảm giác sợ hãi hết, nhưng cái sợ ấy không cần thiết. Nếu có một ai đó nắm tay ta, "sợ hãi" sẽ đổi thành "thú vị", và "thú vị" là một trong những yếu tố của sự giác ngộ.

Chánh nghiệp: Hành động chân chánh

Những giới luật đạo đức đa số đều có dính dáng đến sự cấm đoán: không được làm cái này, không được làm cái kia. Tất cả các truyền thống tâm linh mà tôi biết, ít nhiều gì cũng thường có chung một bảng danh sách liệt kê những điều ngăn cấm. Chuyện đó cũng dễ hiểu, vì tất cả những điều cấm ấy đều được phát triển từ ý thức rằng, nếu chúng ta không sáng suốt, sự thúc đẩy tự nhiên của tâm tham lam và sân hận trong ta sẽ khiến ta làm những việc lạm dụng hoặc có hại cho kẻ khác. Điều luật cơ bản nhất là: "Đừng gây thêm khổ đau."

Trong kinh điển Phật giáo, khi nói đến *chánh nghiệp* người ta dùng chữ *hiri* và *ottappa*, thường được dịch là "biết hổ thẹn" và "biết khiếp sợ." Hổ thẹn và khiếp sợ có mang một ngụ ý hơi tiêu cực, nhưng tôi thích những chữ ấy. Tôi tôn trọng cái ý niệm về một trách nhiệm to tát mà những danh từ ấy muốn chuyển đạt. Nói chung lại, chúng có nghĩa là mỗi một hành động nào của ta cũng đều có một *khả năng* gây nên khổ đau, và mỗi một việc làm nào của ta cũng đều có những hậu quả lan rộng, mà ta không bao giờ có thể tưởng tượng nổi.

Nhưng việc ấy không có nghĩa là ta không nên làm gì hết, mà có nghĩa là ta nên hành động cho thật cẩn trọng. Tất cả mọi hành động đều quan trọng.

Ông Ngoại tôi và những trái cam

Dường như ngay từ lúc vừa có trí khôn là tôi đã biết chuyện ông ngoại và những trái cam! Tôi đoán có lẽ tôi đã nghe ông kể khi tôi mới lên chín hoặc mười gì đó. Chắc tôi đã thắc mắc hỏi ông, vì thấy ông làm việc tại một cây xăng mà không hề biết lái xe.

Ông Ngoại tôi kể: "Khi mới đến Hoa Kỳ Ngoại mới được hai mươi lăm tuổi, và có người tập cho Ngoại đi xe đạp. Ngoại chạy chưa được vững lắm, và một hôm ông Ngoại vô ý đụng nhằm một bà đang ôm những giỏ giấy đi chợ. Một chiếc giỏ rơi xuống đất, và những trái cam đổ ra lăn lóc khắp nơi trên mặt đường. Ngoại quá hối hận về hậu quả mình gây ra, và từ đó quyết định sẽ không bao giờ lái một loại xe nào nữa hết!"

Tôi phản đối: "Nhưng đó chỉ mới có một lần thôi mà."

Ông ngoại nói: "Việc đó không thành vấn đề. Sau khi Ngoại biết được cảm giác đụng phải người khác như thế nào rồi, Ngoại không bao giờ muốn đâm vào ai một lần nữa."

Có lẽ đó là một mức độ hơi cực đoan của *hiri* và *ottappa*, nhưng tôi cảm thấy kính phục ông Ngoại tôi rất nhiều. Và trong suốt đời ông, tôi đã nghe ông lặp đi lặp lại câu chuyện ấy rất nhiều lần. Tôi có cảm tưởng là Ngoại tôi rất hài lòng với quyết định của mình. Ông sống với một ước vọng là sẽ không làm đau khổ ai hết. Như ông đã nói: "Tôi không bao giờ muốn gây thêm phiền phức gì cho bất cứ ai."

Chánh nghiệp tích cực: Cứu cấp trên phi cơ

Thật ra, những sự cấm đoán chỉ mới là một phần của *chánh nghiệp* mà thôi. Phần còn lại là biết tận dụng mọi cơ hội để làm vơi bớt khổ đau. Nhận lãnh trọn thế giới này không chỉ là một hành động cao thượng đối với kẻ khác mà thôi, mà còn to tát hơn thế nhiều. Đó là một việc làm rất tốt lành cho chính ta.

Đôi khi hồi tưởng lại quá khứ, tôi cảm thấy

rất buồn vì đã bỏ lỡ những cơ hội mà tôi có thể hành động để làm vơi đi phần nào khổ đau cho người khác.

Năm năm trước đây, tôi đã để lỡ một cơ hội trên một chuyến bay, tôi vẫn còn nhớ mãi và học được rất nhiều từ đó. Tuần vừa qua, suýt chút nữa là tôi lại đánh mất thêm một cơ hội nữa, nhưng tôi ý thức kịp thời. Sau đó, tôi tự hỏi, không biết lỗi lầm đầu tiên của tôi có được bôi xóa nhờ sự sửa sai lần sau này hay không. Và tôi ý thức rằng, việc ấy không liên quan gì hết!

Hành động chân chánh, tức *chánh nghiệp*, là một đòi hỏi thường xuyên trong suốt cuộc đời. Không có một thời điểm nào để ta có thể dừng lại và cân bằng số điểm, xem mình thắng bại ra sao. Nếu có một hành động nào là cần thiết và hành động ấy tốt lành, thì nó cần phải được thực hiện. Việc ấy nghe như là một sứ mạng rất to tát, như một lời nguyện của vị Bồ Tát, *phiền não vô tận thệ nguyện đoạn*, muốn đoạn dứt hết mọi phiền não, mà sự thật là vậy.

Nhưng thật ra, việc ấy cũng *không quá khó* như ta nghĩ. Những quyết định của ta sẽ trở nên dễ dàng hơn. Vì trốn tránh không phải là một sự chọn lựa, nên công việc chỉ là ý thức được những việc nào là tốt lành và thực hành chúng mà thôi.

Chuyện trên phi cơ: Sai lầm

Tôi ngồi yên trong ghế của mình, buộc dây an toàn xong, trong khi những hành khách cuối cùng bước lên phi cơ từ *Boston* đi *San Francisco*. Bỗng có giọng nói cáu kỉnh của một bà mẹ gây sự chú ý cho tôi. Tôi ngước nhìn lên và thấy gương mặt bà ta đỏ bừng và căng thẳng. Đứa con trai nhỏ mặt tái mét và sợ sệt. Bà ta loay hoay với mấy chiếc giỏ xách tay, đẩy đứa bé đi tới trước đến chỗ ngồi của bà, mắng nhiếc nó trong từng bước một. Tôi nhíu mặt và nhìn sang chỗ khác, tôi có những ý nghĩ không tốt về bà ta.

Chuyến bay dài sáu giờ đồng hồ. Hai mẹ con ngồi phía sau tôi cách chừng vài dãy ghế, đều đặn, tôi có thể nghe tiếng gay gắt của bà. Mỗi lần nghe tiếng bà là tôi cảm thấy bực mình. Tôi ước gì mình đã đi trên một chuyến bay khác. Tôi cảm thấy khó chịu vì bà ta đã làm hỏng cái hy vọng rằng đây sẽ là một dịp cho tôi nghỉ ngơi. Tôi lo lắng cho đứa bé trai, và tưởng tượng ra những hình ảnh đen tối cho tương lai và cuộc đời của nó. Tôi nghĩ rồi sẽ có một ngày nào đó, những hành động của người đàn bà này sẽ trở lại ám ảnh bà ta. Tôi ngồi yên trong ghế, suy nghĩ đủ hết tất cả mọi chuyện, trừ việc giúp đỡ họ.

Trong lúc đó, tôi không có một giải pháp can thiệp nào hết. Có lẽ tôi quá bực mình, tôi nghĩ tôi sẽ lại thốt ra những lời bất nhã. Tôi tự hỏi: "Mình biết nói gì để có thể giúp ích được cho họ?"

Phi cơ đáp xuống, người đàn bà và đứa con trai mất dạng vào trong đám đông. Khi ấy, có lẽ vì cơn lũ lụt phê phán đã dừng, tôi biết được việc gì mình đã có thể làm. Tôi đã có thể dừng lại bên chỗ dãy ghế của bà ta, mỉm cười và nói: "Đi xa với một đứa bé như thế này chắc chắn là cực lắm, phải không? Tôi cũng có lần đã đi như vậy, lâu lắm rồi, và tôi vẫn còn nhớ mãi. Bà đi như thế này lâu chưa? Bà có phải chờ đợi ở phi trường lâu không? Bà đi về đâu? Có ai ra đón không?..." Dĩ nhiên là tôi không cần phải hỏi *tất cả* những câu ấy. Chừng một hoặc hai câu cũng đủ tỏ cho bà ta biết rằng tôi thấy được nỗi cực nhọc của bà và lưu tâm đến. Việc đó chắc chắn sẽ giúp được phần nào.

Nào ai biết được việc gì đã có thể xảy ra nếu tôi và bà nói chuyện với nhau? Có lẽ tôi đã có thể nói cho bà ta nghe một vài điều hữu ích về vấn đề nuôi dạy con. Có lẽ tôi đã có thể khiến cho bà cố gắng thay đổi một phần nào. Có lẽ cuộc đời của đứa bé trai ấy sẽ được thay đổi.

Những việc *đáng lẽ* tôi đã phải làm trở nên rất rõ ràng sau đó, khi nó đã là quá trễ. Tôi cảm thấy hối hận. Nhà Phật có dạy rằng hành động này sẽ "làm điều kiện" cho hành động khác, và sự *không-hành-động* của tôi đã làm điều kiện cho một quyết định là sẽ hành động tốt hơn về sau.

Chuyện trên phi cơ: Sửa sai

Năm năm sau, một lần nữa, tôi ngồi yên trong ghế trên chuyến bay *United 33*, từ *Boston* đến *San Francisco*, tôi hy vọng sẽ được sáu giờ rảnh rang để viết lách, vì chỉ còn vài tuần nữa là đến kỳ hạn cho bản thảo của quyển sách này. Người đàn bà ngồi cạnh tôi có vẻ bất an, bồn chồn trong ghế ngồi, háo hức muốn nói chuyện. Bà kể tôi nghe, gần đây bà bị té và đầu xương cụt của bà bị bầm tím, bây giờ mỗi khi ngồi nó đau đớn lắm. Bà giải thích là bà hơi lo và không vui, vì chuyến bay này khá dài mà lại không được phép hút thuốc.

Tôi bỏ một thời gian để nói chuyện, hy vọng rồi bà ta sẽ ổn định xuống để tôi có thể trở lại viết lách mà không tỏ ra mất lịch sự. Tôi lào xào sắp xếp lại mớ giấy tờ của mình, cố ý cho bà thấy là tôi muốn được yên để làm việc. Mỗi lần chúng tôi kết thúc một chủ đề và tôi bắt đầu quay sang chỗ khác, bà ta lại bắt đầu một đề tài mới.

Giờ ăn trưa đến và đi. Tôi hy vọng là dịp nói chuyện trong giờ ăn sẽ cho phép tôi được yên sau đó, để có thể nghiêm chỉnh tiếp tục sự viết lách của mình, nhưng việc ấy đã không xảy ra. Chuyến bay càng kéo dài, bà ta càng trở nên bất an. Lưng của bà đau và bà thèm thuốc lá.

Thật ra chính là bà, chứ không phải tôi, đã

đánh thức tôi dậy trước khi tôi phạm lỗi một lần nữa. Chúng tôi kể cho nhau nghe về việc làm của mình, và bà thắc mắc, hỏi một chuỗi câu hỏi về công việc của một người đi hướng dẫn thiền tập. Tôi dạy cho những ai? Những gì tôi dạy có ích lợi cho những người bị căng thẳng không? Nó có khó không? Nếu bà muốn học thì sao? Bà hăm hở nhờ tôi ghi tên những quyển sách bà có thể đọc, những cuộn băng bà có thể mua, những nơi bà có thể tìm đến học...

Cuối cùng, tôi hiểu. Tôi nói: "Bà có muốn tôi chỉ cho bà phương pháp thiền tập ngay bây giờ không? Nó có thể sẽ làm bà cảm thấy dễ chịu hơn."

Bà đáp: "Vâng, tôi muốn chứ. Tôi rất muốn."

Tôi bỏ viết xuống. Tôi giảng cho bà nghe vài lời hướng dẫn về thiền tập. Bà ta ngồi yên trong một thời gian. Và sau đó chúng tôi bàn về kinh nghiệm của bà.

Bà nói bà cảm thấy được thoải mái hơn. Tôi giải thích, cảm giác thoải mái hơn *một chút* sẽ làm cho bà cảm thấy thoải mái hơn *thật nhiều*, bởi vì bây giờ bà có thể tin chắc là mình có khả năng vượt qua được chuyến bay này. Chúng tôi nói về việc tâm của ta có thể nắm lấy một sự khó chịu nho nhỏ thôi và thổi phồng nó lên thật to.

Tôi bắt đầu nhận ra là mình đang có những giờ phút rất vui. Tôi chợt thấy, thật là rất buồn cười khi ta bận rộn viết về niềm vui của những hành động vô kỷ và từ ái, về việc đem tình thương ra ban rải mỗi khi có dịp, trong khi ta lại cố chối bỏ một người đang khổ đau ngồi ngay sát bên ta. Trong nửa giờ cuối của chuyến bay bà ta ngủ say, và tôi đã viết một bài thật hay.

Chánh ngữ: Một lời đã nói, bốn ngựa không theo kịp

Một tấm bảng trong cửa tiệm cạnh nhà tôi ghi:

Cẩn thận trong việc chọn lời của bạn
Giữ cho chúng ngắn gọn và ngọt ngào
Bạn không bao giờ biết sẽ có một ngày
Những lời nào rồi bạn sẽ phải nhận.

Tôi đã suy nghĩ rất nhiều về sự kiện là đức Phật đã dành riêng một chi phần đặc biệt trong *Bát chánh đạo* cho sự nói năng chân chánh, tức *Chánh ngữ*. Ngài có thể đơn giản hóa bằng cách nhập nó vào chung với *Chánh nghiệp*, tức hành động chân chánh, cũng được vậy! Vì nói năng cũng là một hình thái của hành động. Có thời gian tôi nghĩ có lẽ đức Phật để nó riêng ra là vì chúng ta nói nhiều quá. Nhưng rồi sau đó tôi đã đổi ý - vì biết có một số người *không* nói gì nhiều hết. Bây giờ, tôi nghĩ nó được phân loại riêng là vì lời nói của ta có một năng lực rất lớn.

Vài năm trước đây, tôi có đọc được một câu trên một trang báo. Nó được in ở cuối trang như một câu châm ngôn chêm vào cho đầy hết trang báo, vì bài viết vẫn còn dư một khoảng trống. Tôi không còn nhớ bài viết về đề tài gì, cũng như trên tờ báo nào, nhưng tôi vẫn còn nhớ rõ câu ấy: "Gậy và đá chỉ *đôi khi* có thể làm gãy xương ta, nhưng lời nói thì *lúc nào* cũng có thể gây thương tích cho ta."

Đôi khi trong lớp tôi thường hỏi: "Em nào đã từng bị gãy xương giơ tay lên." Sau khi các em đưa tay lên, tôi nói: "Em nào bây giờ vẫn còn đau vì gãy xương thì cứ để tay cho tôi xem." Thường thì tất cả những bàn tay đều bỏ xuống. Sau đó tôi hỏi tiếp: "Giơ tay lên nếu có em nào vẫn còn cảm thấy đau đớn về một chuyện gì đó mà ai nói với em trong một năm vừa qua." Rất nhiều bàn tay đưa lên. "Giữ tay ở đó nếu em nào vẫn còn cảm thấy khổ đau vì một lời phê bình của ai về mình trong năm năm qua." Những bàn tay vẫn còn đưa cao. "Mười năm qua... hai mươi năm qua... ba mươi năm qua... lời nói của ai khi em mới được năm tuổi." Nhiều bàn tay vẫn còn giơ cao. Họ quay chung quanh nhìn nhau và mỉm cười, ngượng ngùng, nhưng tôi không nghĩ là có ai vui vẻ gì. Đó là một giây phút thật dễ thương của sự chia sẻ lòng từ ái, của việc làm chứng nhân cho một gánh nặng mà tất cả chúng ta đang mang trên vai, một nỗi đau của những lời phê bình gây thương tích.

Có lẽ chúng ta nghĩ nếu mình là người lớn, ta phải bỏ qua được những lời chê trách trẻ con của người khác. Tôi tự hỏi, nếu ta có bao giờ thật sự quên bỏ được chúng không! Tôi nghĩ tất cả chúng ta đều rất dễ bị thương tích, như một cái bánh *kem-su*, bên ngoài tuy dòn nhưng bên trong rất là mong manh, và cũng rất là ngọt ngào.

Vào thập niên 60, châm ngôn của xã hội thời ấy là: "Hãy bộc lộ tất cả!" Tôi cứ tưởng tượng về việc mình sẽ viết một quyển sách có tựa đề *"Giữ hết lại bên trong"*. Tôi cảm thấy lo âu vì thấy mọi người không ý thức được rằng chúng ta có thể dễ bị thương tích đến mức nào. Nhưng mấy năm gần đây, tôi đã đổi tựa quyển sách của tôi thành *"Hãy giữ lại bên trong cho đến khi tìm được một cách bộc lộ có ích."*

Tôi tin là chúng ta có bổn phận phải nói sự thật. Nói lên sự thật là một phương cách giúp ta chăm sóc kẻ khác. Đức Phật dạy chúng ta phải hoàn toàn chân thật, nhưng ngài cũng dạy thêm là bất cứ một lời nói nào của ta cũng phải có hai yếu tố: *chân chánh* và *hữu ích.*

Khi dạy về *Chánh ngữ*, đức Phật cũng cung cấp cho ta một kim chỉ nam trong việc sửa sai người khác. Một sự khiển trách, đức Phật dạy, phải có đủ những yếu tố sau đây: hợp thời, chân thật, nhẹ nhàng, dễ thương và bổ ích. Khi tôi nói cho người ta nghe về những tiêu chuẩn ấy, họ thường kêu lên: "Nhưng nếu vậy thì sẽ không còn ai có thể khiển trách ai được nữa hết!"

Tôi thì nghĩ khác. Tôi nghĩ với *chánh ngữ* người ta vẫn có thể phát biểu ý kiến hoặc nhận xét của mình qua một đường lối mà người kia có thể lắng nghe và sử dụng được, mà không hề cảm thấy mình bị thấp kém.

Luật sáu mươi giây

Trình độ sơ cấp của *chánh ngữ* là những lời nói không gây đổ vỡ thêm cho bất cứ một hoàn cảnh nào. Việc này sẽ ngăn ngừa được những lỗi lầm căn bản, như là nói dối hoặc cố ý dùng những lời gây khổ đau. Trình độ cao cấp của *chánh ngữ* sẽ giúp duy trì sự quân bình của hoàn cảnh, bằng cách không cộng thêm vào đó yếu tố phá hoại của việc nói ra những lời thị phi.

Những lời thị phi tức là lời nói về một người nào đó không có mặt. Trừ những trường hợp hiếm hoi khi có thể ta cần phải phát biểu một vấn đề nào đó thay mặt cho một người khác. Khi nói chuyện gièm pha về một người thứ ba là ta đang mời gọi người nghe cùng chia sẻ khoảng không gian cáu kỉnh, bất an trong tâm mình. Nói chuyện ca ngợi về một người thứ ba có thể khiến cho người nghe cảm thấy họ là không quan trọng. Như vậy tại sao ta lại không chọn nói về những gì đang có mặt trong hiện tại?

Sau đây là một bài tập về *chánh ngữ* cho trình độ cao cấp. Bắt đầu ngày mai khi bạn thức dậy, đừng nói chuyện phiếm. Chú ý xem việc gì sẽ xảy ra nếu bạn không phê bình về bất cứ một ai không có mặt. Cẩn thận lắng nghe tiếng nói trong tâm khi nó chuẩn bị để phê phán, và bạn hãy tự hỏi: "Tại sao mình phải nói như thế?"

Thấy được ý định của ta là phương cách hay nhất để biết được lời phê phán mà ta sắp nói ra có là *chánh ngữ* hay không. Ý định của ta có tốt lành không, có thật sự là một ý muốn giúp đỡ người khác hay không? Hay chỉ là để khoe khoang? Hoặc là gièm pha?

Đôi khi bàn chuyện thị phi có vẻ như vô hại, một cố gắng để gợi chuyện, để trám cái khoảng trống im lặng giữa hai người. Tôi nghĩ chúng ta ưa nói chuyện phiếm vì sợ người bạn của mình sẽ nghĩ rằng ta không cảm thấy đủ thích thú để nói chuyện với họ. Khi ta có thể có mặt với một người nào đó và nói: "Tôi đang có một thời gian tuyệt vời và rất thích cùng đi dạo với bạn (ăn với bạn, lắng nghe nhạc với bạn, uống trà với bạn), nên chúng ta không cần phải nói chuyện gì", đó là một hạnh phúc lớn.

Tôi xuất thân từ một gia đình của những "nhà vô địch" thích nói chuyện, cho nên tôi rất ngạc nhiên khi khám phá ra là mình lại rất thích những khoá tu thiền im lặng. Rửa *xà-lách*, xắt *cà-rốt* trong thinh lặng với một người khác cũng rất là thân mật. Thật vậy, chia sẻ cái không gian thinh lặng của công việc làm *xà-lách* với một người lạ trong vòng một tuần khơi dậy cảm giác chúng tôi là những người bạn rất thân thiết.

Một trình độ rất cao của *chánh ngữ* đòi hỏi ta phải ý thức được ý định của mình trong *tất cả* mọi sự truyền thông, không phải chỉ trong việc nói chuyện phiếm mà thôi. Tôi cũng bắt đầu xem xét lại lời nói của chính mình sau một thời gian tu tập trong thinh lặng. Khi trở về nhà, cũng mất dăm ba ngày trước khi lời nói của tôi trở lại cái tốc độ phản ứng quen thuộc của nó. Tôi đã có thể ghi nhận được cái khoảng thời gian, từ khi câu trả lời khởi lên trong tâm tôi cho đến khi nó thoát ra khỏi miệng. Tôi có đủ thời giờ để ý thức được động cơ nào đã thúc đẩy mình.

Xét ra thì những động cơ thúc đẩy tôi cũng rất tốt đó, nhưng chúng không tốt như tôi đã tưởng. Có lẽ 80 phần trăm những câu trả lời của tôi là để trình bày sự thật, 10 phần trăm là bị thúc đẩy vì muốn phô trương cách thức khéo léo mà tôi sẽ trình bày chúng, và 10 phần trăm còn lại là muốn gây một thiên kiến nơi người nghe. Đôi khi còn tệ hơn thế nữa! Đôi khi 10 phần trăm chót ấy là một hình thức che đậy, một thủ đoạn để trả đũa người khác, cho một sự khinh thường, có thật hoặc tưởng tượng nào đó.

Lúc mới đầu, tôi rất nản lòng khi khám phá ra tôi đã lạm dụng năng khiếu sử dụng ngôn ngữ của mình, lấy đó làm một phương tiện kín đáo để hành xử không đẹp. Nhưng tôi cảm thấy thật nhẹ nhàng sau khi quyết định sẽ không làm thế nữa. *Chánh ngữ* ở một trình độ cao cấp xét ra cũng không phải là khó lắm. Một khi tâm ta đã được hướng dẫn để quán sát tìm những thông điệp ẩn tàng, nó sẽ hành động theo đó một cách tự nhiên. Quyết định thay đổi ấy đã giản dị hóa cuộc đời của tôi rất nhiều, vì tôi không còn lo nhiều về việc phải thu dọn về sau nữa.

Và *chánh ngữ* ở trình độ tối cao là ta phải biết trung thực hoàn toàn. Điều đó đòi hỏi nơi ta một sự có mặt trọn vẹn. Tôi học được điều này từ *Jim*, một nhà tâm lý học tôi có dịp làm quen khi chúng tôi cùng dạy chung tại một cuộc hội thảo đối thoại giữa Phật giáo và Công giáo. Tôi đã đọc những quyển sách của ông viết, và rất mừng được dịp đi ăn chiều với tác giả.

"Chị nghĩ sao về đề tài A, *Sylvia*?" ông hỏi. (Tôi dùng đề tài A, B, C... vì không còn nhớ chúng tôi nói về vấn đề gì, và những điều tôi học từ Jim chỉ là cái *phương cách* mà ông nói hơn là từ nơi chủ đề.)

"Tôi nghĩ như thế này, thế này và thế này," tôi trả lời lập tức. "Còn anh nghĩ sao về đề tài B và C?"

Ông ta chỉ ngồi yên lặng. "Chết rồi," tôi thầm

nghĩ. "Có lẽ mình đã làm gì mích lòng ông ta chăng. Chắc là điều mình hỏi có tính cách cá nhân quá. Hay có lẽ mình đã nêu ra nhiều đề tài quá."

Nhưng rồi ông từ tốn trả lời: "Tôi nghĩ như thế này, thế này về B và C. Còn chị nghĩ sao về vấn đề D?"

"Ồ, vấn đề D ư?," tôi đáp ngay, "Tôi nghĩ như thế này, thế này và thế này. Còn E và F thì sao?"

Và ông lại ngồi im lặng. Tôi chợt thức tỉnh và thấy được chuyện gì đang xảy ra. Khi tôi hỏi ông *nghĩ* gì, ông thật sự *có* bỏ ra thời giờ để *suy nghĩ*. Ông trả lời bằng cách nói cho tôi nghe những gì ông đang nghĩ ngay bây giờ, không phải của ngày hôm qua hoặc của tuần trước. Tôi cảm thấy mình được ông quý trọng. Tôi cảm thấy ông tôn trọng những câu hỏi của tôi đủ để nói cho tôi nghe một sự thật hiện tại nhất về nó.

Bài thực tập của *chánh ngữ* ở trình độ tối cao tức là luật *Sáu mươi giây* trong khi trò chuyện. Bất cứ khi nào có ai đặt một câu hỏi, người đáp cần phải im lặng trong *sáu mươi giây* trước khi trả lời. Vì sự dừng lại ấy là bắt buộc, cho nên câu trả lời của ta sẽ có nhiều cơ hội để bao gồm sự suy ngẫm, xem xét ý định, duyệt lại giọng nói - tất cả những gì là tối cần thiết cho một câu trả lời sáng suốt.

Chánh mạng: Chị Pearl và công việc ủi quần áo

Chánh mạng, tức sự mưu sinh chân chánh, dường như khó thực tập đối với ngày nay hơn là vào thời đức Phật. Điều luật thì cũng vẫn vậy: *Chánh mạng* có nghĩa là tổ chức sự mưu sinh của mình sao cho không lạm dụng, không bóc lột, không gây hại cho ai. Dù sao, vào thời đại ngày nay, thế nào là lạm dụng, là bóc lột thì cũng không nhất thiết được rõ ràng cho lắm.

Vào thời đức Phật, những loại nghề nào bất thiện rất dễ phân biệt. Làm binh sĩ, nuôi nô lệ, sản xuất võ khí và những chất say - tất cả những điều đó đều là những nghề bị ngăn cấm. Ở thời đại chúng ta, binh sĩ đôi khi còn có nhiệm vụ của người duy trì hòa bình. Và ta cũng khó mà biết được sự tốt lành của tất cả mọi sản phẩm của bất cứ công ty nào, nhất là trong thời đại mà các công ty mua bán, phụ thuộc lẫn nhau. Nào ai biết được những gì được sản xuất bởi công ty phụ thuộc với công ty làm bột giặt của tôi?

Ngày nay khi người ta nói: "Ông ấy, bà ấy là một người rất thành công" thường có nghĩa là "Ông ấy, bà ấy có rất nhiều tiền." Điều đó không nhất thiết có nghĩa là họ có đạo đức, có nhân cách hoặc là có hạnh phúc. Giáo lý của đức Phật về *chánh mạng* không hề loại bỏ những hạng người giàu có - ngài dạy cho tất cả mọi người, trong đó có hàng vua chúa - nhưng nó không hề được dựa trên của cải vật chất. Nó được dựa trên sự *tốt lành*.

Đối với tôi, một hình ảnh trọn vẹn về *chánh mạng* to lớn hơn là những cấm đoán được phản ảnh qua sự chọn lựa *bên ngoài* của ta. Sự chọn lựa tốt lành trong *nội tâm* - ví dụ một thái độ lành mạnh về công việc làm của ta - cũng có thể đóng góp cho sự an lạc và hạnh phúc của ta nhiều lắm. Phương cách mưu sinh của mỗi người là một cơ hội để ta phát huy đức tự trọng.

Bạn của tôi, chị *Pearl*, sinh sống bằng nghề giúp việc nhà, khi bốn đứa con tôi còn bé và tôi mới bắt đầu đeo đuổi cao học. Tôi rất hãnh diện vì được nhận vào một trường đại học có uy tín, và chị *Pearl* thì rất vui với công việc mới của mình.

Chị *Pearl* nấu ăn rất khéo, mấy đứa con tôi mê những món chị làm. Chị lái xe chở chúng đi học, nhớ những giờ hẹn bác sĩ, và săn sóc khi chúng bệnh. Một chiều nọ, sau một ngày ở trường, tôi về nhà thấy chị đã ủi xong hết đống quần áo mà tôi nghĩ phải mất cả tuần. Những bộ đồ phẳng phiu được treo trên chiếc máng áo trông thật đẹp.

"Chị *Pearl*," tôi kêu lên, "quần áo chị ủi trông đẹp quá!"

"Đẹp thật," chị đáp. "Tôi rất hãnh diện với tài ủi đồ của mình!"

Tôi rất sung sướng vì đã được đánh thức bởi câu trả lời của chị. Tôi vẫn còn ghi nhớ nó mãi cho đến ngày hôm nay, ba mươi năm sau. Không phải là tôi có một thái độ tự cao về những công việc chuyên nghiệp đâu! Không phải vậy! Điều mà tôi học được ở chị *Pearl* là ngay trong giờ phút này thì *cái mà bạn làm*, bên ngoài, chỉ mới là phân nửa của công việc mà thôi. Phân nửa còn lại, bên trong, là bạn nhận thức về nó như thế nào!

Chánh tinh tấn: "Nhớ, hãy vui vẻ"

Trong đạo Phật, những lời dạy về *chánh tinh tấn*, tức sự siêng năng chân chánh, rất rõ rệt. Đức Phật dùng chữ *thiện* và *bất thiện* để nói đến những gì dẫn đến hạnh phúc và những gì đưa đến khổ đau.

Nguyên tắc của *chánh tinh tấn* là: Hãy ghi nhận những cảm giác tốt lành như là tính thân thiện, từ ái, hoặc rộng lượng, khi chúng có mặt trong tâm, và khuyến khích cho chúng phát triển. Tập hành động dựa trên những cảm xúc ấy là một phương cách để ta phát huy hạnh phúc. Và ta cũng cần ghi nhận những cảm xúc bất thiện, như là giận dữ và tham lam, khi chúng khởi lên trong tâm, và cố gắng đừng làm cho chúng phát triển thêm. Hơn nữa, đức Phật còn khuyên rằng, những cảm xúc bất thiện cần phải được loại trừ ra khỏi tâm ta.

Tôi tin đức Phật có ý nói là chúng ta có thể chọn lựa về trạng thái trong tâm mình. Nhưng nói thì bao giờ cũng dễ hơn làm. Tham lam và giận dữ, ít nhất là trong những sự bộc phát nho nhỏ, có một tác dụng khơi động năng lượng, và năng lượng ấy rất là quyến rũ.

Nhiều năm về trước, có một lần tôi lái xe đến phi trường *Oakland* vào khoảng nửa đêm để đón chồng tôi trở về trên một chuyến bay khuya. Con đường xa lộ cảnh vật vắng tanh và đều đều. Tôi bắt đầu cảm thấy buồn ngủ, và chợt sợ là mình có thể bị ngủ gục trong khi cầm tay lái. Đột nhiên, trong dòng tư tưởng tôi chợt nhớ đến một vấn đề giữa tôi với một người bà con xa và cảm thấy bực mình về những điều người ấy đã nói về tôi.

"Chị ấy táo tợn đến thế là cùng!" tôi nghĩ, và ngay khi ấy tôi cảm thấy mình trở nên thật tỉnh táo. Một đòn tức giận đúng lúc đã đánh tiêu tan sự buồn ngủ trong tôi.

"Chà, cái này hay thật!" Tôi tự chúc mừng mình về một khám phá mới. "Trạng thái của tâm có thể thay thế lẫn nhau được. Tôi có thể đem cái này để thay thế cái kia trong tâm. Tôi có thể đánh thức mình dậy bằng cách nghĩ những tư tưởng tức giận!"

Và tôi đã làm như vậy. Trên đường đến phi

trường, tôi nghĩ đến những tư tưởng tức giận và lặp lại trong đầu những câu đối thoại khác nhau: lời tôi nói, những gì chị ta cho là tôi nói, những gì tôi có thể kể cho mọi người nghe về điều chị ấy nói là tôi đã nói. Đến lúc tôi quẹo vào bãi đậu xe của phi trường, tôi đã tỉnh như sáo sậu. Tôi không nhớ rõ, nhưng tôi có thể đoán là có lẽ sau đó tôi đã cảm thấy cáu kỉnh và bực bội thật sự.

Hai ngày sau, tôi đem câu chuyện ấy kể lại cho thầy tôi nghe, nghĩ rằng thế nào ông ta cũng khen ngợi tôi về cái tuệ giác mới này, về sự liên hệ mật thiết giữa thân tâm. Nghe xong ông cười và nói: "Phải rồi, sự thay thế lẫn nhau của những tâm thức khác nhau là có đấy. Nhưng dù sao," ông nói thêm, "chị có thể làm cho mình tỉnh táo bằng những tư tưởng khơi dậy tình cảm cũng được, và như thế có phải thú vị hơn không!"

Sau một thời gian, tôi bắt đầu nhận thấy ngoài những cơn bộc phát nhỏ của lòng tham và cơn giận - cũng chính là những phản ứng tự nhiên của tâm đối với những kinh nghiệm dễ chịu và khó chịu - sự bám víu vào hai thành tố ấy sẽ làm ta mệt mỏi lắm. Kéo dài sự mong ước và kéo dài sự ghét bỏ, cả hai đều sẽ làm cho ta bực bội và chán nản. Chúng làm cho tâm ta mỏi mệt. Đó cũng là một trong những lý do mà ta khó có thể loại trừ chúng. Tôi nghĩ, vì ta cảm thấy mệt mỏi nên không còn muốn thoát ra hoặc nhìn vấn đề cho thấu suốt nữa. Vì vậy, chúng ta cần những điều luật để nhắc nhở mình. Và đôi khi ta cũng phải cần đến người chung quanh nữa.

Một hôm trong khi lái xe ngang qua cầu *Golden Gate*, trên đường đến đón một người bạn cùng đi xem nhạc kịch, tâm tôi lúc ấy mang một tâm trạng bực dọc không hiểu vì lý do gì. Tôi không thấy được cái không gian bao la của vịnh biển đang ôm ấp thành phố *San Francisco* mới lên đèn. Tôi lái xe chầm chậm lại ngang phòng thu phí qua cầu và trình vé của mình cho người gác cổng. "Bà có một ngày *thật* tuyệt vời nhá!" Anh ta nói. Ái chà! Một dòng điện tỉnh thức chạy suốt qua người tôi. "Từ nãy giờ mình làm trò trống gì vậy?" Tôi nghĩ. "Bây giờ đây, ta sắp gặp một người bạn mà ta quý mến, ta đang đi làm một chuyện ta ưa thích nhất, và ta lại bực dọc!"

Không ai chối cãi là ngay giờ đây trên thế giới này vẫn đang có những việc đáng buồn, và ngay cả trong đời sống của tôi cũng vậy. Nhưng sự bực dọc sẽ không làm cho bất cứ một sự việc nào trở nên tốt đẹp hơn. Thật ra, nó còn có thể làm cho sự việc trở nên tệ hơn nữa là khác. Đức Phật dạy: "Mỗi giây phút của tâm sẽ làm điều kiện cho giây phút kế tiếp." Sự bực dọc trì níu tâm ta xuống bằng chính sự mỏi mệt của nó. Hạnh phúc nâng đẩy tâm ta lên và giúp nó tiến bước trở lại.

Chị *Sharon*, người tôi đã theo học thiền quán về tâm từ (*metta meditation*), thường kết thúc buổi trình pháp của tôi với chị bằng câu: "Nhớ nhá *Sylvia*, hãy vui vẻ!" Ban đầu tôi cứ nghĩ đó là một lời nói xã giao thông thường của những người sống ở vùng này. Mất một thời gian rất lâu tôi mới hiểu rằng đó chính là một lời hướng dẫn tu tập cho tôi.

Chánh định: Làm nhẹ đi nỗi đau

Đức Phật dạy, *chánh định* là một khả năng để cho sự chú ý của ta được thẩm thấu vào một đối tượng duy nhất. Chú tâm vào một điểm duy nhất sẽ làm phát sinh một phẩm tính rất cá biệt trong tâm ta. Đó là một cảm giác dễ chịu, quân bình, thư thái rất đặc biệt - một trạng thái mà trong kinh điển gọi là "một tâm mềm dịu."

Lúc trước tôi có hướng dẫn một lớp gọi là *"Thực tập định tâm qua sự thêu may"*. Chúng tôi gặp nhau mỗi kỳ hai tiếng tại một thiền phòng. Trong một giờ đầu, tất cả chúng tôi ngồi trong thinh lặng và thêu may. Mọi người thêu thùa, đan may và thực tập từng đường kim mũi chỉ. Trong phòng chỉ có tiếng lách cách của những mũi kim thêu, tiếng sột soạt của sợi chỉ xuyên qua bạt vải, bên ngoài có khi là trời mưa, tuyết. Trong giờ thứ hai, mọi người vẫn tiếp tục công việc thêu may của mình, và chúng tôi nói chuyện.

Trong giờ nói chuyện, chúng tôi không hề

đề cập gì đến công việc thêu may. Chúng tôi nói về đời sống, về nỗi lo sợ, những vất vả, những muộn phiền. Lời nói của chúng tôi phát xuất từ một không gian tĩnh lặng, và chúng tôi lắng nghe nhau trong một không gian quân bình. Mọi người đều đồng ý rằng chính một giờ thực tập định tâm trước đó đã giúp cho chúng tôi có thể chia sẻ một cách thật sâu sắc. Sự thực tập định tâm cùng lúc vừa làm vững mạnh vừa làm êm dịu tâm. Đó không phải là một sự nghịch lý. Đó là một sự thật.

Tôi khám phá ra được hiệu quả của sự định tâm này lần đầu tiên vào cuối một khoá tu thiền trong thinh lặng hai tuần, tại tiểu bang *Washington* vào năm 1977. Vì đây là một trong những khóa tu tập đầu tiên của tôi nên mọi việc trong khóa tu đều là mới lạ và khó khăn. Thân tôi đau vì ngồi lâu, tôi vật lộn với những cơn buồn ngủ, và hoàn toàn cảm thấy lẫn lộn về những lời hướng dẫn.

Tôi bắt đầu cho rằng kinh nghiệm này cũng giống như một cuộc phiêu lưu của tâm, và cảm thấy nếu hoàn tất được nó sẽ là một chiến thắng lớn. Mỗi ngày qua, cái đau nơi thân tôi dần dà mất đi và tôi cũng cảm thấy bớt buồn ngủ, nhưng không có một sự kiện gì là kỳ diệu xảy ra hết. Vào ngày cuối cùng, nếu có ai hỏi tôi: "Chị có thấy khác biệt gì không?" Tôi chắc chắn sẽ trả lời rằng: "Không!"

Chiều hôm ấy, sau khi khóa tu thinh lặng chấm dứt, tôi gọi điện thoại về cho nhà tôi ở *California*, để sắp xếp cho anh ra phi trường đón. Trong câu chuyện, tôi hỏi thăm về ba tôi, ông trông rất khỏe mạnh ngày trước khi tôi đi. "Anh muốn được thành thật với em," nhà tôi nói "Anh muốn báo cho em biết là ba em bị bệnh ung thư, mà đây là một căn bệnh bất trị." Ngay trong giây phút ấy, tôi chợt khám phá ra là mình *đã* có khác biệt đó chứ!

Những tin buồn thì thường như là những nhát búa chém vào tim. Ngay khi tôi nghe tin về ba tôi, tôi biết mình đã nhận lãnh nó theo một cách hơi khác thường. Không phải là tôi không buồn. Tôi cảm thấy đau đớn lắm chứ. Ba tôi còn trẻ, cường tráng, và vừa là một người bạn tốt của tôi. Tin ấy như là một nhát búa giáng xuống tôi, nhưng nhát búa ấy đã rơi vào một tấm nệm êm thay vì là một vách đá. Tôi run rẩy nhưng tôi không sụp đổ. Tôi cảm thấy một cơn đau và một nỗi buồn sâu xa. Và rồi tôi bước ra ngoài, hoà nhập với những thiền sinh khác và chúng tôi uống trà.

Tôi không hề có tham vọng tu tập sao cho tâm mình sẽ không còn cảm thấy đau buồn trước những mất mát nữa. Tôi muốn được cảm xúc cho thật sâu sắc, và mỗi lần tôi bị tan vỡ con tim, tôi sẽ hiện trở lại với một tâm từ ái rộng lớn hơn. Tôi nghĩ tôi sẽ dám để cho tim mình bị vỡ tan dễ dàng hơn, vì biết rằng tôi sẽ không bao giờ vỡ nát mãi mãi.

Chánh niệm: Ba tôi và cuốn phim cuối

Chánh niệm là một sự chấp nhận có ý thức và quân bình về kinh nghiệm hiện tại của mình. Thật ra nó chỉ đơn giản như vậy thôi. Nó là một sự cởi mở hoặc tiếp nhận giây phút hiện tại này, dễ chịu hoặc khó chịu, đúng thật như đang hiện hữu, mà không hề bám víu hoặc ghét bỏ. Theo tôi nghĩ, có ba cách giúp ta hiểu được mục đích của sự tu tập chánh niệm.

Phương cách thứ nhất là thấy được chánh niệm sẽ đưa đến tuệ giác như thế nào. Khi ta có thể duy trì khả năng tỉnh thức và giữ quân bình trong từng giây phút của hiện tại, những chân lý của kinh nghiệm sống tự chúng sẽ biểu lộ như là tuệ giác. Và khi tuệ giác tăng trưởng, những tập quán nào của tâm có khuynh hướng thích bám víu vào những gì không thể nắm bắt được sẽ dần dần suy giảm, và khổ đau cũng từ đó bớt đi.

Phương cách thứ hai là thấy được chính sự tu tập chánh niệm tự nó sẽ hóa giải tâm ta khỏi những tập quán thúc đẩy ta chạy trốn những gì khó chịu. Ta ngồi (hoặc đứng, hoặc đi, hoặc nằm, hay trong bất cứ một tư thế nào), giờ này sang giờ kế, *thực tập* duy trì một sự tĩnh lặng và tỉnh giác qua tất cả những phạm trù của các trạng thái thân và tâm, khi chúng khởi lên - và *không làm bất cứ một điều gì* để thay đổi những kinh nghiệm ấy, mà chỉ khám phá rằng ta *có thể chịu đựng chúng được*. Nhờ vậy ta thấy được sự tu tập tự nó là một liều thuốc giải độc cho chứng bệnh phản ứng hấp tấp thông thường của tâm khi đối diện với mỗi giây phút mới.

Phương cách thứ ba là nghĩ đến sự tu tập chánh niệm tự nó chính là sự giải thoát, thay vì là *dẫn đến* sự giải thoát. Mỗi giây phút sáng tỏ không bị quấy động bởi sự giằng co giữa sự khen chê, ghét bỏ và ham muốn, là một giây phút giải thoát. Cuộc sống của ta chỉ được làm bằng những giây phút mà thôi. Thời gian mà ta thật sự có là ngay giờ phút này đây. Để dành những giây phút tự do bây giờ cho một sự an nhàn trong tương lai có thể là tốt đó, nhưng chúng không thể nào bảo đảm cho ta một sự tự do mãi mãi. Suy tính cho sự giải thoát trong tương lai có thể tạo điều kiện cho *chánh tư duy* và *chánh tinh tấn*, nhưng nếu nó tạo nên một sự phấn đấu hoặc một cảm giác thiếu sút hoặc bất toàn trong tâm ngay giờ phút này, thì ta đâu có thật sự tự do!

Có lẽ các bạn cũng đã nghe câu chuyện một người bị cọp rượt chạy đến trước một bờ vực thẳm. Luýnh quýnh ông ta nhảy đại xuống vực, tay nắm được một sợi dây nho rừng mọc bên sườn núi, treo lơ lửng giữa không trung. Phía dưới ông là vực sâu thăm thẳm, bên trên ông là con cọp đói đang gầm gừ. Trong khi bị đu đưa lủng lẳng nửa chừng trong không khí, có một con chuột bắt đầu gặm nhấm sợi dây nho rừng mà ông đang nắm. Tình trạng của ông thật bấp bênh vô cùng. Lúc ấy, ông chợt thấy cạnh bên mình có một trái nho chín đỏ mọc hoang, ông với tay hái lấy và ăn. Hương vị của trái nho mới ngọt ngào làm sao!

Ba tôi qua đời vì chứng bệnh ung thư tủy sống, một loại bệnh ung thư có thể đối trị nhưng không chữa được. Trong suốt bảy năm bệnh hoạn, ông xoay xở đối phó với sự suy sụp của sức khoẻ và sự gia tăng của cơn đau bằng một sức chịu đựng không lay chuyển. Ông sử dụng gậy chống, rồi đến xe lăn để đối phó với sự suy thoái của thể xác, mà vẫn tiếp tục có một đời sống giao du rất bận rộn. Chúng tôi đã rất cởi mở và bàn luận rất thường về cái chết không tránh khỏi của ông trong một tương lai không xa. Ông có vẻ như đã hòa giải được với cái chết, mà không hề cảm thấy tuyệt vọng hoặc chán đời. Chúng tôi nói đùa là không biết gia đình của đứa cháu nào là thích hợp cho sự tái sinh của ông đây, nếu thật sự là ông sẽ có một sự chọn lựa.

Một hôm, khi chứng bệnh của Ba tôi đã trở nên trầm trọng, tinh thần của ông dường như cũng đã suy sụp theo rất nhiều. Với một ngày mới đang mờ mịt trước mặt, tôi nói với ông: "Hai ba con mình đi xem phim nha!" Ông nhìn tôi với một ánh mắt hoài nghi: "Con biết không, Ba *sắp chết* đến nơi rồi!" Tôi đáp: "Đúng rồi, nhưng không phải là hôm nay đâu ba."

Chúng tôi đi xem phim *Raiders of the Lost Ark.* Hai ba con tôi thích lắm. Chúng tôi ăn tối tại *Pacific Cafe*, tiệm ăn mà ông ưa thích nhất. Hôm sau, ông bắt đầu bị sưng phổi phải đưa vào bệnh viện. Vài tuần sau ba tôi qua đời.

III. NHỮNG CHƯỚNG NGẠI CỦA TUỆ GIÁC

Nhà phỏng vấn và vị đạo sư

Có lẽ đây là một dấu hiệu của thời đại mới, nhưng tôi cũng đã thu đạt được một vài bài học tâm linh qua các chương trình đàm thoại trên ti-vi. Tôi còn nhớ một hôm xem *Larry King* phỏng vấn một vị đạo sư thuộc truyền thống Ấn Độ giáo. Tôi không nhớ chính xác những gì vị đạo sư nói, nhưng tôi nhớ rất rõ cái phong cách thư thái và điềm tĩnh của ông. Mặc dù những khán giả gọi vào chất vấn ông thường là để bài bác hoặc, ít nhất cũng là hoài nghi, vị đạo sư vẫn giữ một sự có mặt trong sáng và an lạc, trả lời cho từng câu hỏi một cách rõ ràng, chính xác và đôi khi còn pha thêm chút khôi hài.

Larry King là một nhà phỏng vấn nổi danh với những câu hỏi thẳng thừng và soi mói. Có một lúc ông hơi chồm qua bàn viết và nhìn vào đôi mắt không hề chớp của vị đạo sư. Ông hỏi: "Làm cách nào ngài có thể giữ cho nó được tĩnh lặng trong ấy đến thế?" Vị đạo sư trả lời: "Trong ấy bao giờ cũng tĩnh lặng. Nhưng chỉ vì chúng ta quấy động chúng lên nhiều quá đó thôi!"

Đây là một thử nghiệm mà bạn có thể làm ngay bây giờ, trong không gian riêng tư của nhà bạn, để chứng minh được những gì vị đạo sư ấy nói là đúng. Chọn một thời gian nào đó khi bạn được ở một mình và cơ thể được khoẻ khoắn, hay ít nhất cũng không có một sự khó chịu nào trong thân. Tốt nhất là không đang đói và cũng không buồn ngủ. Tìm một chiếc ghế nào mà bạn ngồi cảm thấy dễ chịu nhất. Ngồi xuống chiếc ghế ấy. Tận hưởng cái cảm giác dễ chịu. Bạn có thể nhắm mắt lại nếu muốn, hoặc mở ra, nhìn chung quanh và thưởng thức cái nhìn chung quanh ấy. Tận hưởng cái cảm giác dễ chịu. Đừng làm một việc gì khác, hãy thưởng thức cái cảm giác dễ chịu ấy. Giữ ít nhất là mười lăm phút để tận hưởng cảm giác dễ chịu trước khi bạn lật trang kế tiếp. Khi nào xong, bạn hãy đọc sang trang kế tiếp.

ooo

Iii. Những Chướng Ngại Của Tuệ Giác

Thế nào, bạn có cảm thấy dễ chịu trong trọn mười lăm phút ấy không?

Bạn có ngồi và tận hưởng cái cảm giác thư thái và dễ chịu ấy không?

Mất bao lâu thì có những tư tưởng khác khởi lên làm quấy rối sự dễ chịu của bạn?

Những tư tưởng ấy là gì?

Bạn có những tư tưởng ham muốn nào không?

Bạn có tự nghĩ rằng: "Phải chi mình đã chọn một chiếc ghế nào khác thoải mái hơn chiếc ghế này. Chiếc ghế này chưa phải là cái mà mình ưa thích nhất. Lần tới nếu có thử nghiệm lại, mình sẽ chọn một chiếc ghế khác thoải mái hơn... ?"

Bạn có những tư tưởng khó chịu không? Như là: "Chà, ông hàng xóm của tôi giờ này lại đi chạy máy cắt cỏ. Mình đã có thể ngồi yên đây thoải mái, an lạc trong mười lăm phút rồi, nếu không có tiếng máy chạy ồn ào ngoài kia..."

Bạn có những tư tưởng bồn chồn không? "Ái chà, ngồi yên đây cũng không dễ chịu như mình tưởng. Có lẽ mình nên thử đi bộ một vòng quanh xóm. Mình lại quên gọi điện thoại trả lời cho chị Quận... Lẽ ra mình phải gọi cho chị trước khi ngồi xuống, và bây giờ lại lo lắng không biết chị nghĩ sao về mình. Nếu lỡ chị ta giận vì mình không gọi lại đúng hẹn thì sao đây?"

Bạn có bắt đầu cảm thấy muốn ngủ gục không? Bạn có nghĩ rằng: "Việc này chán chết được. Có lẽ chỉ thích hợp cho mấy ông đạo ở Ấn Độ, chứ nếu ngồi thiền là như vậy thì chắc chắn không phải là cho tôi rồi. Có lẽ mình nên ngủ một chút cho hết mười lăm phút."

Bạn có nghĩ rằng: "Đây là một bài tập hết sức ngớ ngẩn. Như thế này thì liên quan gì đến giác ngộ chứ? Mình biết là mình đã dại dột đi mua quyển sách này. Mình thì lúc nào cũng hay làm những chuyện như vậy - luôn có những quyết định khờ khạo, nhất thời."

Bạn có những ý nghĩ như trên không? Một vài tư tưởng giống như thế? Hay có hết tất cả?

Trên căn bản thì vị đạo sư nói đúng: Nó *yên lặng* bên trong ta, cho đến khi nào bị khuấy động lên. Nhưng sự khuấy động ấy không có một chủ đích hoặc một sự cố ý nào. Chúng ta đâu ai muốn gây thêm phiền phức cho cuộc sống của mình làm gì. Nó cũng không phải vì tâm của riêng ta hư đốn: tâm của người khác cũng không giữ được yên lặng gì hay hơn ta. Tính chất tự nhiên của tâm là hay bị quấy động lên bởi những năng lượng lăng xăng, như những ngọn gió thổi qua lại trên một mặt hồ làm gợn sóng lao xao, chúng che khuất đi sự trong sáng của hồ nước.

Thực hành thiền tập không có nghĩa là ta sẽ làm ngưng những làn sóng gợn ấy. Có lẽ những bậc thiền sư giác ngộ có thể lúc nào cũng nhìn xuyên qua được những làn sóng lăn tăn đó. Nhưng những người học đạo bình thường như tôi, nếu có thể nhớ được chúng chỉ là những gợn sóng mà thôi và mặt hồ còn một phía bên kia nữa, cũng đủ là hạnh phúc lắm rồi.

Tâm thức và thời tiết

Chúng ta thường tự kể cho mình nghe những mẩu chuyện, mà ta cứ lặp đi lặp lại không biết bao nhiêu lần. Rồi chúng ta tự làm cho mình hoang mang và sợ hãi, quên rằng nỗi sợ và lo âu ấy bao giờ cũng là về một cái gì có thể *đã xảy ra* hoặc *chưa xảy ra* nhưng *bây giờ* thì *không xảy ra*. Chúng ta cũng thường quên là những gì đang xảy ra bây giờ cũng sẽ không kéo dài lâu lắm đâu!

Vài năm trước tôi có đến hướng dẫn một khóa thiền tại thành phố *Albuquerque*. Trong thiền đường của chúng tôi có một khung cửa sổ rất lớn, chiếm gần trọn một vách tường. Từ chỗ tôi ngồi có thể nhìn ra bên ngoài thấy một cánh đồi rộng lớn chạy dài ra tới tận rặng núi *Sangre de Cristo* thật đẹp ở xa xa. Tôi chợt nhận thấy thời tiết bên ngoài, với gió thổi lồng lộng qua cánh đồi mênh mông, dường như thay đổi rất nhanh chóng từ đầu cho đến cuối mỗi giờ ngồi thiền của chúng tôi.

Khi tôi nhắm mắt lại, mặt trời có thể còn đang soi sáng, và khi tôi mở mắt ra bốn mươi lăm phút sau, có thể là một cơn bão tuyết đang quay cuồng ngoài kia. Khi tôi nhắm mắt lại, bên ngoài trời đang đổ tuyết, tôi có thể mở mắt ra và thấy trời đã chuyển sang mưa. Và rồi, dường như chỉ trong chốc lát, mặt trời lại hiển lộ, nhưng bên ngoài có gió lộng cuốn quanh tòa nhà chúng tôi ở. Rồi đột nhiên gió lặng yên, một ánh nắng hoàng hôn màu hồng phủ lấy núi đồi đẹp một cách huyền diệu, và từng bông tuyết nhẹ nhàng rơi trong thinh lặng.

Tôi tự nghĩ: "Thời tiết ngoài kia cũng giống như tâm ta vậy." Tôi nhìn nhóm thiền sinh độ hai mươi lăm người ngồi chung quanh tôi, thân của mọi người ngồi thật yên và gương mặt họ tĩnh lặng. Và vì tôi biết chút ít về mỗi thiền sinh và biết nhiều về tôi, tôi hiểu những gì tôi thấy chỉ mới là một phần của sự thật mà thôi.

Tôi tưởng tượng đến một bức tranh khôi hài như sau. Tôi vẽ ra trong đầu một hình ảnh có năm thiền sinh đang ngồi thiền. Họ quấn người chặt trong chăn và khăn choàng, mắt nhắm, vẻ mặt an lạc, chỉ khác biệt nhau về vóc dáng mà thôi. Gương mặt của mọi người đều y như nhau. Và phía trên đầu mỗi người là một vòng tròn nhỏ, vẽ những hình ảnh tiêu biểu cho những gì thật sự đang có mặt trong đầu của mỗi người.

Tôi tưởng tượng trong một vòng tròn chứa đầy hình ảnh của những thức ăn như là kem, bánh ngọt, một tô mì nóng hổi. Một vòng tròn

III. Những Chướng Ngại Của Tuệ Giác

khác là hình ảnh của bãi biển *Hawaii* với hàng dừa tha thướt. Một vòng tròn nữa là hình của đôi tình nhân tình tự với nhau (mặc dù tôi không biết phải vẽ sao cho tế nhị một chút.) Còn một vòng tròn là hình ảnh chiến tranh, hoặc con người đánh giết nhau, hoặc đầy những ký hiệu "#!*%" biểu thị cho những từ ngữ không thích hợp mà người ta dùng để mắng nhiếc nhau. Một vòng tròn khác đầy tối tăm và mù mịt. Một vòng tròn nữa có vẽ hình sấm sét, hoặc có lẽ thêm vào một ngọn núi lửa đang phun trong khung cảnh ấy. Một vòng tròn khác là một người có vẻ mặt hoang mang đang nhún vai, hai bàn tay mở ra và đưa lên trời, ý diễn tả: "Tôi không *biết*." Có lẽ vòng tròn "tôi không biết" ấy sẽ được vẽ trên một nền đầy những dấu hỏi. Và rồi tôi tưởng tượng thêm hình một thiền sinh thứ sáu, trên đầu anh là một vòng tròn mà không có gì trong ấy cả.

Điều tôi muốn nói về bức tranh khôi hài ấy là, không phải người có vòng tròn trống không là người may mắn. Thật ra, tôi có một ước mơ là sẽ viết một cuốn sách mà trong đó mỗi trang đều có cùng mỗi một bức tranh ấy. Bức tranh cũng vẽ có bấy nhiêu đó người, quấn mền ngồi thiền trông thật yên tĩnh, gương mặt không hề biến đổi. Chỉ có nội dung của những vòng tròn tượng trưng cho ý nghĩ của họ là thay đổi mà thôi. Và cũng chỉ có bấy nhiêu đó ý nghĩ nhưng nó sẽ di chuyển vòng quanh hết người này sang người khác. Cùng một người nhưng có nhiều tướng trạng tâm thức khác nhau. Mỗi tướng trạng của tâm thức đến rồi đi. Dù cho đó có là sự tĩnh lặng cũng vậy.

Mỗi cá nhân đều sẽ kinh nghiệm hết mọi năng lượng khác nhau trong tâm mình, đó là những trận bão có thể đoán trước được trong tâm thức con người. Chúng phản ảnh những sự thăng trầm của năng lượng trong ta, cũng như phản ứng của tâm ta đối với những kinh nghiệm dễ chịu và khó chịu. Tất cả đều là hoàn toàn tự nhiên. Chúng không có gì để ta phải sợ hãi hoặc cảm thấy là chướng ngại hết. Nếu chúng ta đến sống ở một hành tinh nào khác, ta sẽ muốn có ai báo trước cho ta biết thời tiết nơi ấy như thế nào, để ta có thể chuẩn bị trước. Con người trên hành tinh này cũng vậy, sự sống sẽ được dễ dàng hơn nếu ta biết cách đối phó với mọi sự bất ngờ của thời tiết, chung quanh ta cũng như là trong ta.

Những tâm thức chướng ngại chỉ có bấy nhiêu thôi

Trong kinh điển Phật giáo, năm năng lượng của dục lạc, sân hận, dã dượi, xao động và hoài nghi được gọi là *"ngũ cái"*,[1] tức là năm sự ngăn che của tâm. Chúng được gọi là những sự ngăn che của tâm, vì chúng làm mờ mịt cái thấy sáng suốt của ta, cũng giống như những trận bão cát trong sa mạc, hoặc sương

---
[1] Chữ "cái" có nghĩa là nắp đậy, sự che bít vật gì.

III. Những Chướng Ngại Của Tuệ Giác

mù trên đường đi, có thể làm cho người lữ hành bị lạc lối. Chúng ngăn trở không cho ta tiếp xúc với tự tánh thanh tịnh của mình. Chúng làm ta điên đảo. Ta nhận đó cho là thật và quên rằng tự tánh của mình không phải chỉ là một trận bão đi ngang qua. Trận bão lướt qua sẽ chỉ là một trận bão lướt qua. Còn chân tánh thì bao giờ cũng vẫn là chân tánh trong ta muôn đời sáng tỏ.

Năm loại năng lượng khác nhau ấy thật ra là chỉ có bấy nhiêu thôi, nhưng chúng lại được cải trang qua biết bao nhiêu là bộ mặt khác nhau. Bánh kem thì khác với bánh *pizza* và khác với tình dục, nhưng trên cơ bản thì tất cả chúng đều là những đối tượng của tham dục. Cùng một năng lượng của sân hận đã cung cấp nhiên liệu cho sự bực tức của ta đối với người hàng xóm vặn nhạc quá lớn, và sự bất mãn của ta với một vị tổng thống bất tài. Tâm càu nhàu nào thì cũng chỉ là tâm càu nhàu; tâm buồn ngủ là tâm buồn ngủ; tâm xao động là tâm xao động; tâm hoài nghi là tâm hoài nghi.

Sự thật là trong tâm ta luôn sẽ có những trận bão tố khởi lên và qua đi, điều ấy không phải là vấn đề. Sống ở một nơi mà thời tiết thay đổi luôn luôn cũng không phải là vấn đề. Nhưng dù sao đi nữa, ta phải biết mặc đồ cho thích hợp với các loại thời tiết khác nhau, và có đủ khôn ngoan để ở trong nhà khi ngoài trời dông tố. Và ta cũng nên nhớ là thời tiết nào rồi cũng sẽ thay đổi. Những tâm thức khó khăn của ta chỉ trở thành vấn đề khi nào ta thật sự tin rằng chúng sẽ tiếp tục mãi mãi. Rồi từ đó, vì chúng là những năng lượng bất an, ta đâm ra sợ hãi.

Chúng ta có hai loại sợ hãi. Một là nỗi sợ rằng những gì đang xảy ra bây giờ sẽ tiếp tục mãi mãi. Điều đó hoàn toàn là không thật - không có gì có thể tiếp diễn mãi mãi được. Nỗi sợ thứ nhì là mặc dù nó sẽ không tiếp diễn mãi mãi, nhưng nỗi đau đang có mặt sẽ mãnh liệt đến mức ta không thể chịu đựng được. Và nỗi sợ thứ hai này có tàng chứa một chân lý rất sâu sắc. Ta không bao giờ có thể chối bỏ được là trong cuộc đời này, tấm thân ta có thể bị nhiều đau đớn, những mối tương giao của ta có thể sẽ mang lại khổ đau, sẽ có những lúc ta cảm thấy một nỗi đau thật lớn. Nhưng mặc dù vậy, tôi nghĩ là chúng ta đã tự xem thường mình, chúng ta đã đánh giá mình hơi thấp. Đôi khi cuộc đời có thể có nhiều đau đớn, nhưng tôi tin rằng chúng ta có một khả năng chịu đựng rất to tát.

Vì chúng ta thường hoảng hốt lên mỗi khi vừa có một ngọn gió chướng ngại nổi lên trong tâm thức, nên ta thường chống cự lại với nó. Chúng ta cố gắng thay đổi nó, hoặc muốn loại trừ nó. Tình trạng rối loạn và giằng co ấy lại càng làm cho tâm trạng ta trở nên khốn khó hơn.

Việc ấy cũng giống như cảnh chú mèo *Daffy*,

III. Những Chướng Ngại Của Tuệ Giác

một nhân vật trong phim hoạt hình trẻ con, đang thong dong đi trên đường đột nhiên đạp nhằm một đống kẹo dẻo mạch nha. Trong cơn vội vã, vụng về cố gắng tự giải cứu, chú ta té tới, té lui và cuối cùng toàn thân bị dính cứng trong đống kẹo dẻo ấy, không thoát ra được. Trong hoàn cảnh ấy, ngay cả trẻ con cũng thấy được giải pháp nào là đúng.

Giải pháp hay nhất là một thái độ nhận diện không hoảng sợ. "Đây là kẹo dẻo mạch nha. Tôi không thấy nên giẫm vào, nhưng bây giờ thì tôi biết là mình đã lỡ bị kẹt. Nhưng nó *chỉ là* kẹo mạch nha mà thôi. Cả thế giới này đâu phải làm toàn bằng kẹo mạch nha? Và bây giờ thì hành động nào là khôn ngoan nhất?"

Ăn xúp bằng nĩa

Chúng ta tự tạo nên những vấn đề rất to tát vì không thấy được những năng lượng bất an của tâm, nhất là khi chúng ẩn núp dưới hình dạng của những câu chuyện. Chúng cũng giống như những đứa trẻ con láng giềng hóa trang làm những con ma vào ngày lễ *Halloween*. Khi chúng ta mở cửa ra và thấy đứa bé hàng xóm phủ một tấm vải trắng để đi xin kẹo, mặc dù trông giống một con ma, nhưng ta vẫn biết đó chỉ là đứa bé láng giềng mà thôi. Và khi tôi nhớ rằng những biến cố trong đời mình chỉ là những năng lượng của tâm núp dưới tấm vải trắng của một câu chuyện, tôi có thể ứng xử với chúng một cách ưu ái hơn.

Dưới đây là một bài thực tập để chứng tỏ chính trạng thái tâm thức của ta, chứ không phải sự việc xảy ra, đã quyết định cho kinh nghiệm của mình:

Trường hợp thứ nhất

Bạn đang có liên hệ tình cảm với một người nào đó, và mối tương giao bắt đầu có dấu hiệu đổ vỡ. Bạn và người kia, cả hai đều thất vọng vì mối tình đã không thành. Người này cảm thấy bất mãn và tức giận với người kia vì họ đã không giống như mình mơ ước. Cả hai quyết định cùng gặp nhau một lần chót để giải quyết cho dứt khoát. Hai người dành một ngày để cùng nhau ra biển, lánh xa tất cả. Nhưng khi ngày trôi qua, mỗi người lại chỉ nhớ đến những đau đớn, thất bại trong mối tương giao giữa đôi bên. Bạn cảm thấy tức giận và đuối sức. Trên đường về, vì cả hai cảm thấy đói, bạn dừng lại một quán ăn chiều. Người tình cũ của bạn ăn xúp bằng nĩa. Bạn tự nhủ: "Điều này còn tệ hơn là mình tưởng! Tên khờ này lại ăn xúp bằng nĩa!"

Trường hợp thứ hai

Bạn cảm thấy yêu tha thiết. Người kia cũng yêu bạn đắm say. Cả hai dành trọn một ngày ra

iii. Những Chướng Ngại Của Tuệ Giác

biển chơi. Bạn nằm tắm nắng, đọc truyện tình, đùa giỡn trên sóng, âu yếm với nhau. Trên đường về, cả hai cảm thấy đói nên dừng lại một nhà hàng. Người thương của bạn ăn xúp bằng nĩa. Bạn tự nhủ: "Trông thật là đáng yêu! Anh ta ăn xúp bằng nĩa kìa!"

ooo

Tôi nghĩ có lẽ đó là ý nghĩa của câu "Chúng ta tự tạo nên thực tại của chính mình." Tôi thường gặp khó khăn về ý nghĩa của câu ấy, lần đầu tiên khi tôi được nghe vào thập niên bảy mươi. Vì dầu cho có cố gắng đến đâu, tôi vẫn không thể nào tạo được một thực tại là ngày mai mặt trời sẽ mọc ở phương Tây, và tôi cũng không thể nào chữa lành cho những người tôi thương bị mắc bệnh nan y, như một phép lạ. Nhưng có một thực tại mà tôi có thể tạo được - là *quan điểm* của tôi về bất cứ vấn đề nào.

Ái dục

Theo kinh điển nhà Phật thì năng lượng của lòng ái dục đứng đầu trong danh sách các tâm thức chướng ngại. Trước hết, nó là một loại năng lượng có nhiều thử thách và khá lý thú, vì danh từ ái dục tự nó hàm chứa một ngụ ý về tình dục. Ví dụ khi một người nói là họ đang có ái dục về một đối tượng, chắc chắn chúng ta không ai nghĩ là họ muốn nói tới bánh kẹo hoặc một tô phở.

Ái dục thường gây hổ thẹn cho người thú nhận. Có lần, trong một lớp dạy về các năng lượng khó khăn trong tâm, tôi hỏi các thiền sinh là năng lượng nào đã gây nhiều khó khăn nhất trong cuộc sống của mỗi người. Khi chúng tôi đi vòng quanh phòng, phần đông đều phát biểu rằng lòng thù ghét hoặc sân hận là một chướng ngại khổ sở nhất đối với họ. Dường như ai cũng có thể chấp nhận được điều ấy dễ dàng, và nó cũng không có gì là lạ hoặc gây khó chịu cho người nghe. Cuối cùng, có một người đàn ông phát biểu: "Thật ra thì tôi nghĩ lòng ái dục là gây cho tôi nhiều khó khăn nhất." Mặc dù không ai nhúc nhích, nhưng tôi thấy dường như có một sự ngượng ngùng rõ rệt. Có những tiếng cười rụt rè, khúc khích vang lên khắp nơi trong phòng. Đột nhiên, người đàn ông dễ thương, đáng kính và thành thật ấy, lại như có một cái gì bất thiện phủ trùm lên ông.

Mặc dù trong kinh điển có đề cập đến lòng ái dục như một năng lượng nhục dục, nhưng theo tôi nghĩ chúng ta nên hiểu rằng đó là một năng lượng tham muốn về bất cứ một đối tượng nào cũng vậy. Nó là năng lượng của cảm nghĩ là ta sẽ không thể nào có hạnh phúc trừ phi có được một cái gì đó. Nó là một cảm giác thiếu thốn trong tâm. Bạn có bao giờ có cảm giác ấy không? Bạn

III. Những Chướng Ngại Của Tuệ Giác

đứng dậy, đi lại mở cửa tủ lạnh rồi nhìn vào; bạn đứng đó với cánh cửa tủ lạnh mở toang, bạn không biết là mình thật sự muốn gì nữa, nhưng bạn có cảm giác là mình muốn *một cái gì đó*. Nó cũng chính là cái năng lượng đã xúi giục chúng ta đột nhiên phải mở ti-vi lên, và dùng hộp điều khiển từ xa để chuyển đổi hết kênh này sang kênh khác, hy vọng có một cái gì đó hay ho đang được trình chiếu!

Tâm thiếu thốn thì chỉ là một tâm thiếu thốn, và nhiều khi nó xuất hiện mà không cần đến một sự đòi hỏi nào của sinh lý. Mấy năm trước, khi đứa cháu gái của tôi lên hai tuổi, em trai nó chào đời. Bà nội nó và tôi đến ở với nó vào đêm mẹ nó phải vào bệnh viện. Chúng tôi lo cho nó hết sức chu tất. Nó cũng rất thân với chúng tôi, và cả hai bà ngoại, nội đều dành hết tất cả cho sự an vui của cháu. Mặc dù vậy, trong suốt buổi tối hôm ấy, rõ ràng là nó đã cảm thấy sự vắng mặt của mẹ nó. Nó bảo: "Cháu muốn uống nước cam," và chúng tôi đi lấy nước. Rồi nó đòi: "Cháu muốn ăn một miếng bánh," và chúng tôi lại cho nó bánh. Một hồi sau nó lại nói, "Bây giờ cháu muốn đọc sách," và tiếp theo là "Cháu muốn đồ chơi. Cháu muốn búp bê. Cháu muốn ăn táo..."

Đến một lúc, tôi và bà nội nó nhìn nhau và hiểu là đứa cháu gái mình chỉ cảm thấy *cần* một cái gì đó thôi. Bà nội nó nói: "Chắc là nó nhớ mong một cái gì." Đứa cháu gái tôi cảm nhận cái năng lượng của sự nhung nhớ về một cái gì mà nó không biết rõ. Và lẽ dĩ nhiên, nó đâu có khả năng để nói là: "Cháu cảm thấy năng lượng của sự cần thiết và ham muốn, nhưng cháu không biết là mình đang cần cái gì."

Đôi khi cái tâm nghèo túng ấy khởi lên để đáp ứng lại một sự thiếu thốn trong lòng, như trong trường hợp của đứa cháu gái tôi. Nhưng cũng có đôi lúc dường như nó xuất hiện thật vô cớ.

Thật ra cũng không phải hoàn toàn là vô cớ đâu! Thường thì đó là những phản ứng tự nhiên của ta khi tiếp xúc với những gì mình ưa thích. Như có bao giờ bạn đi ngang qua một tiệm bánh và trở nên ý thức đến một mùi bánh thơm thoang thoảng bay ra không? Trước khi bạn ngửi thấy mùi bánh ấy, bạn không đói bụng. Bây giờ thì đột nhiên một cơn đói bụng ghê gớm chợt nổi dậy.

Điều này không phải là một sự kiện gì quái lạ hết, vì đường lối vận hành bình thường của tâm là như vậy. Mỗi khi tiếp xúc với những kinh nghiệm dễ chịu, tham muốn sẽ khởi lên. Mà hành động theo sự ham muốn cũng không nhất thiết là sai trái, vì đôi khi những ham muốn ấy cũng rất lành mạnh, đặc biệt là những ham muốn của cảm thọ. Ta không thể khờ khạo mà nghĩ rằng mỗi khi cảm thấy đói bụng chúng ta chỉ cần nói: "Cái này chỉ là lòng ham muốn khởi lên mà thôi"

III. Những Chướng Ngại Của Tuệ Giác

và rồi không cần phải làm gì hết. Và cũng vậy, khi ta giả vờ như không biết đến những cảm giác dục tình, thay vì chọn những biện pháp khéo léo, có ý thức để đối trị nó, thì kết quả cũng sẽ không tốt đẹp gì hơn.

Sự ham muốn của cảm thọ là những năng lượng đều đặn và thường xuyên tràn lấn tâm ta và bắt giữ sự chú ý của ta. Chọn những ham muốn lành mạnh của cảm thọ là một phần trong cuộc sống được làm bằng những tương giao của ta với thế giới chung quanh này.

Cũng có những ham muốn phức tạp hơn là những nhu cầu rõ rệt của sinh lý như là về thực phẩm hoặc tình dục chẳng hạn. Đó là lòng ham muốn về những kinh nghiệm thú vị. Tôi thường thích đọc tạp chí *Smithsonian*. Mỗi tháng tôi nhận được một tờ báo mới gởi đến tận nhà, và phía bìa sau là những hình quảng cáo về những chuyến du lịch không tưởng đến những nơi thật xa xôi. Có lúc bất ngờ tôi thấy mình thật sự dự tính cho một cuộc du hành mười bảy ngày đến Bắc cực. Năm phút trước khi đọc trang quảng cáo ấy, tôi không hề nghĩ đến bất cứ chuyến đi xa nào hết. Mà trong đời tôi, cho đến giây phút ấy, tôi cũng không hề có một ý thích gì đến thăm viếng miền Bắc cực. Vậy mà đùng một cái, tờ quảng cáo hấp dẫn đã khiến tôi thật sự xem xét giá tiền của chuyến đi và tự hỏi không biết mình có sắp đặt được thời giờ để tham gia không!

Những loại sách liệt kê các món hàng và những tài liệu quảng cáo gửi qua đường bưu điện cũng có thể khích động được năng lượng ái dục trong ta. Mỗi ngày tôi đều nhận được những tập sách quảng cáo về những món hàng mà tôi không bao giờ cần đến. Những trang bìa được trình bày rất hấp dẫn khiến lần nào tôi cũng quyết định là mình nên xem qua một chút. Và khi đọc vào rồi, thế nào tôi cũng tìm thấy một món đặc biệt nào đó mà tôi phân vân không biết mình có cần hay không. Hoặc là nghĩ, có thể cá nhân mình không cần, nhưng nó sẽ rất thích hợp cho một người quen nào đó. Mặc dù chưa đến ngày sinh nhật của họ. Tôi bắt đầu nghĩ đến khi nào là sinh nhật họ, hay là để dành món quà ấy cho một dịp lễ nào khác.

Tất cả những chuyện ấy thật ra cũng dễ hiểu, vì đường lối vận hành của tâm là mỗi khi tiếp xúc với một kinh nghiệm dễ chịu, chúng ta sẽ cảm thấy một sự lôi kéo, một năng lực ham muốn, và tâm ta sẽ chạy theo hướng của những kinh nghiệm cảm thọ dễ chịu ấy.

Và đôi khi dù không có một kinh nghiệm lý thú nào có mặt, tâm ta cũng vẫn có đầy đủ khả năng để gợi lại những hình ảnh trong quá khứ, và rồi tham muốn chúng. Tôi rất ngạc nhiên khi khám phá ra tâm ta lại có thể ham muốn thật nhiều mặc dù đang sống trong tu viện. Tôi đã bỏ ra rất nhiều thời gian trong những tu viện để dạy vũ trụ này rất có trật tự. Không có một cái gì sai trật hết. Nhưng có điều nó *bí ẩn* vô cùng.

Đức tin, đối với tôi, là một đặc tính có thể giữ cho tâm ta được quân bình khi năng lượng trơn trợt của lòng hoài nghi làm mịt mờ sự thật. Và cái năng lượng trơn trợt ấy, cũng giống như những tâm thức khó khăn khác, sẽ phát sinh tự nhiên như bất cứ một sự kiện nào khác trong tâm. Tôi không thể nào cứ mãi tự dối mình "Tôi không có vấn đề gì với sự hoài nghi hết!" Tất cả những nỗi lo âu phiền muộn của tôi về cuộc đời đều là những biểu hiện của lòng hoài nghi. Nhưng cũng phải mất một thời gian khá lâu tôi mới thấy được việc ấy.

Một thời gian không lâu trước đây, tôi bị một nỗi nghi ngờ khá lớn áp đảo. Một buổi sáng thức dậy, tôi chợt cảm thấy bị tràn ngập vì những sự mất mát, tan vỡ của cuộc sống. Tại sao lại là ngày hôm ấy mà không phải là những ngày khác, vẫn còn là một phỏng đoán. Đêm hôm trước tôi có nhận được một tin buồn trong gia đình, nhưng nó không đến nỗi nào xấu lắm. Lúc ấy mùa đang chớm vào thu, trời tối sớm hơn, bình minh đến muộn hơn, nhưng thật ra cũng không khác gì hơn so với mấy ngày hôm trước. Những lý do ấy tôi nghĩ không liên quan gì mấy. Nhưng tâm hồn tôi cảm thấy trống vắng vô cùng.

Tôi sống ngoài đồng quê, lúc ấy trong nhà

III. Những Chướng Ngại Của Tuệ Giác

Tôi thích câu trả lời của nó, thật là dễ thương. Tôi kể lại cho mọi người trong nhà nghe. Và từ đó: "Cháu bự rồi" trở thành một câu nói để diễn tả lòng tự tin.

Nhìn lại câu chuyện nho nhỏ của đứa cháu tôi ngày hôm ấy trong bãi đậu xe, tôi nghĩ điều quan trọng là khả năng duy trì được sự chú tâm của nó vào một số hành động khá phức tạp. Theo kinh điển nhà Phật thì khả năng duy trì chánh niệm của ta trong giây phút hiện tại là một liều thuốc giải độc cho tâm hoài nghi.

Tôi thường cảm thấy rất tự hào về sự kiện là mình không cần một đức tin. "Đức tin là dư thừa," tôi thường nói. Ta hoặc biết hoặc là không biết, thế thôi. "Những hệ thống đức tin cũng đều là dư thừa," tôi giải thích, dẫn chứng rằng đức Phật lúc nào cũng nhấn mạnh đến một sự khám phá cá nhân và trực tiếp đối với chân lý. Sự thật thì đức Phật có dạy chúng ta không nên tin vào lời người khác mà phải tự chính mình tu tập và chứng nghiệm lấy, nhưng ngài không hề nói là đức tin không cần thiết. Điều đó là do tôi đặt ra.

Bây giờ nghĩ lại, tôi thấy mình dường như hơi tự kiêu khi xem thường đức tin. Có ai trên đời này mà lại không cần một đức tin? Sự sống này quá phức tạp, khó hiểu và hoàn toàn nằm ngoài tầm kiểm soát của ta. Nhưng sự sống tự nó vẫn đẹp, lẽ dĩ nhiên, vì nó là nó, là như vậy. Đức Phật

III. Những Chướng Ngại Của Tuệ Giác

có chồng tôi và một người bạn rất thân của gia đình. Cả hai đều là những người bạn tâm linh của tôi.

"Sao, sáng nay chị khỏe không?" Người bạn hỏi.

Bỗng nhiên tôi bật khóc: "Tôi cảm thấy buồn khổ quá. Tôi là một tên đạo đức giả. Tôi đi đây đó dạy người khác là 'Ta có thể có an lạc,' 'Đời sống nhiệm mầu,' 'Ta có thể bị mất mát, đau đớn nhưng ta không phải chịu khổ đau,' nhưng sự thật không phải như vậy! Đời sống này toàn là khổ đau, mà con người chúng ta không thể nào có đủ sức để chịu đựng. Và nếu tất cả mọi tôn giáo trên đời này đều là giả tạo thì sao, chẳng lẽ chúng ta cứ lặp đi lặp lại cho nhau nghe toàn những lời dối gạt?"

Có lẽ tôi đã không nói hết một hơi như vậy, nhưng đó là những gì tôi đã kêu than trong khi sửa soạn cho bữa ăn sáng. Hai người ngồi lắng nghe. Tôi vừa khóc vừa chiên trứng. Không một ai cố gắng thay đổi quan niệm của tôi. Không ai nhắc nhở tôi về chân lý của đạo. Cũng không ai cố gắng an ủi gì tôi. Nhưng tôi biết là họ đang lắng nghe.

Tôi lại tiếp tục bài kinh cầu về nỗi hoài nghi với chính mình và về cuộc đời trong suốt bữa ăn sáng hôm ấy. "Xem kìa, cuộc đời này đầy dẫy những khổ đau!" Tôi cứ khăng khăng. "Mọi vật đang giãy chết. Không có ai là thật sự biết gì hết. Con người giết hại lẫn nhau. Trái đất này đang đi đến chỗ diệt vong. Đi giảng dạy cho người khác cách sống an lạc thật là một chuyện khôi hài. Mà không phải khôi hài nữa, *nói láo* thì đúng hơn, vì tôi nào có cảm thấy an lạc gì đâu! Có lẽ có một vài *người nào đó* có thể đã giải thoát khỏi khổ đau, nhưng không có tôi trong số đó!"

Đối với chồng tôi, những cơn muộn phiền bùng nổ của tôi thật ra không có gì lạ. Đối với người bạn thì anh ta có vẻ hơi ngạc nhiên một chút. Tôi hơi tự trách mình là thiếu lịch sự với khách. Nhưng tôi không có sự lựa chọn nào khác, tôi khóc, và chúng tôi ăn sáng. Cả hai người ngồi lắng nghe tôi, thỉnh thoảng họ nói chêm những câu như: "Mình có thêm trứng chiên không?" hoặc "Chị làm ơn đưa giùm dĩa bánh mì!"

Sau bữa ăn sáng, chúng tôi rửa chén dĩa. Một giờ sau, có người nào đó đề nghị: "Có ai muốn học kinh không nào?" Tôi đáp ngay: "Có chứ, sao lại không?"

Và mọi chuyện giống như đã không có việc gì xảy ra. Mà thật sự là *đã không* có chuyện gì xảy ra cả! Cơn hoài nghi kéo đến và đi, ngang qua như một cơn bão. Không một ai trong chúng tôi bị nao núng. Tôi đã duy trì được nó trong chánh niệm, chồng tôi và bạn tôi đã gìn giữ tôi bằng sự có mặt của họ, và cuối cùng chân lý đã trở về

III. Những Chướng Ngại Của Tuệ Giác

sáng tỏ. Sự vật trong cuộc đời tuy có hư hao thật đó, nhưng vẫn có thể xử lý được.

Khi những tâm chướng ngại khởi lên cùng lúc

Những người đang bị bối rối hoặc bất an thường cảm thấy như tâm mình đang bị chế ngự bởi một loại năng lượng chướng ngại nào đó. Ví dụ như: "Tôi đang giận điên lên đây!" hoặc "Lòng tham trong tôi đang bừng bừng nổi dậy!" hoặc "Tôi đang bị lòng hoài nghi xâm chiếm!" Và khi nghe ai nói là mình đang bị nhiều tâm chướng ngại tấn công cùng một lúc, họ nghĩ: "Trời ơi, như vậy là hết chống đỡ nổi rồi!"

Có lẽ họ quan niệm rằng sự tấn công của *nhiều* tâm thức chướng ngại so với chỉ có *một* tâm thức chướng ngại cũng giống như bệnh sưng phổi so với chứng sổ mũi xoàng vậy. Nhưng thật ra, bất cứ sự tấn công nào của *một* tâm chướng ngại bao giờ cũng là sự tấn công của *nhiều* tâm chướng ngại cùng lúc. Bạn thử nghĩ xem!

Giả sử bạn đang thương yêu một người nào đó. Tình yêu chế ngự tâm bạn. Bạn mơ tưởng đến người ấy cả ngày. Mới đầu thì điều đó thú vị lắm. Cho đến khi công việc trong sở bắt đầu chất chồng trước mặt, và ông chủ bắt đầu lộ vẻ khó chịu, bạn nghĩ: "Thôi, mình phải làm việc đàng hoàng lại mới được!" Rồi lòng bực tức bắt đầu khởi lên. "Ta cần phải dẹp trừ hết những ý nghĩ mơ mộng này!" Nhưng chúng không chịu đi đâu hết. Ta cố gắng loại trừ những ý nghĩ, những đối tượng mơ mộng ra khỏi tâm tưởng, nhưng hoàn toàn vô hiệu quả. "Ước gì những ý nghĩ này đừng đeo đuổi mình nữa!" Bây giờ thì công việc lại càng chồng chất và cơn giận đang tăng lên, vì người mình yêu đã không gọi điện thoại cho mình như đã hứa. Rồi lòng hoài nghi sinh lên: "Nữa rồi, mình lại đem lòng thương yêu người chẳng thèm nghĩ gì đến mình. Mình khờ dại quá!" Lòng bực tức lại càng gia tăng. "Ông chủ lại hỏi nữa đây! Công việc chưa có cái nào xong xuôi hết. Đầu óc thì bây giờ cứ rối bời lên!" Rồi tâm lười biếng bắt đầu chiếm ngự: "Mình thấy mệt mỏi quá!"

Năm tâm chướng ngại ấy, chúng cùng nối tiếp nhau đổ xuống như một dòng thác, cái này tiếp theo cái kia, sau khi *một* tâm chướng ngại đã len được vào tâm ta.

Ví dụ của tôi thì có lẽ hơi quá một chút đấy, nhưng sự thật là vậy. Bạn hãy thử xét lại những kinh nghiệm của chính bạn đi! Không cần biết là tâm chướng ngại nào khởi lên đầu tiên, theo sau nó chắc chắn sẽ là bốn tâm kia. Thật ra, chúng không có một thứ tự nhất định nào hết, tùy theo từng hoàn cảnh mà thôi.

Đây là một thí dụ khác: giả sử bạn có một người bạn mới mà bạn rất muốn làm thân. Các

III. Những Chướng Ngại Của Tuệ Giác

bạn rủ nhau đi xem hát nhạc kịch *ô-pê-ra*. Ngày hôm ấy thật dài, bạn cảm thấy mệt mỏi, tâm thần uể oải. Nhạc chẳng có gì là hấp dẫn, và bạn ngồi xem mà chỉ thấy mí mắt như muốn sụp xuống. "Mình mà ngủ gật thì kỳ lắm," bạn nghĩ "người ta đã phải khó khăn lắm mới mua được vé, mà chúng cũng đâu có rẻ gì!" Bạn bực mình với cơn buồn ngủ. "Đi chỗ khác đi, đừng làm cho ta bị mất mặt!" Cơn buồn ngủ vẫn cứ tiếp tục. Và cơn giận bắt đầu khởi lên: "Mình không thể nào gượng thức nổi cho đến phần nghỉ giải lao. Chắc là mình sẽ ngủ gật ngay tại đây và có lẽ còn ngáy to nữa." Bạn mong ngóng chờ đợi cho đến lúc vãn tuồng. Và khi ấy, bạn chợt thắc mắc không viết vở tuồng này sẽ có một đoạn kết nào gợi tình hấp dẫn không! Khi nghĩ đến chuyện ấy, đột nhiên bạn cảm thấy tỉnh hẳn dậy. "Tốt quá," bạn nghĩ "Bây giờ thì mình tỉnh rồi! Nếu mình cứ nghĩ đến những tư tưởng gợi tình ấy, mình sẽ có thể tỉnh ngủ được..." Lúc ấy vở tuồng cũng vừa chấm dứt. Người bạn quay sang hỏi: "Sao, chị thấy vở nhạc kịch này thế nào?" Máy báo động trong bạn kêu lên - nãy giờ bạn nào có mặt đâu mà biết!

Có một lần, tôi bị sự tấn công của nhiều tâm thức chướng ngại cùng một lúc. Hôm đó là ngày 31 tháng Mười năm 1985 tại *Barre, Massachusetts*, nguyên do là một cây kẹo cao-su (*chewing gum*).

Hôm ấy là ngày lễ *Halloween*. Tôi đang tham dự một khóa tu thiền quán thật nghiêm túc vài tuần trong một tu viện thật đẹp, có khắc hàng chữ *"Từ Bi"* phía trên cánh cửa chánh dẫn vào. Trong suốt thời gian tu tập tôi thấy rất sảng khoái. Tôi cảm thấy một niềm vui sướng rất bình an, nếu thật sự là có một trạng thái như vậy. Tôi rất hài lòng với sự tu tập của mình, và hoàn toàn tự tin ở tôi. Tôi nhìn thấy mọi việc sáng tỏ khác thường, và cho rằng mình sẽ giữ được trạng thái ấy mãi mãi.

Khi tôi bước vào thiền đường cho buổi ngồi thiền tối cuối cùng, tôi ngạc nhiên và rất vui khi thấy một khung cảnh thật đẹp và dễ thương. Dân thường trú tại tu viện, những người đã lo cho các nhu cầu của thiền sinh trong mấy tuần qua, đã trang hoàng căn phòng thiền đường cho ngày lễ *Halloween*. Chung quanh phòng có trưng bày những quả bí đã được lấy hết ruột, vỏ ngoài có khắc mặt người thật khéo léo, bên trong mỗi quả bí có một ngọn nến hồng thắp sáng.

Khi tôi đi về chỗ ngồi của mình, tôi thấy ban tổ chức có để trên tọa cụ của mỗi người một cây kẹo, làm quà *Halloween*. "Dễ thương quá," tôi tự nghĩ. Vừa lúc ấy, tôi để ý thấy chiếc kẹo trên tọa cụ của tôi là một thanh kẹo cao-su nho. Tôi không ưa kẹo cao-su nho! Tôi hơi bực mình một chút. Tôi không muốn kẹo cao-su nho! Người chung quanh tôi có những thứ khác ngon lành hơn, tôi muốn cái của họ. Giây phút ghét bỏ trôi qua, tiếp theo là giây phút của lòng tham muốn, nhưng tôi

III. Những Chướng Ngại Của Tuệ Giác

không có ý định sẽ trao đổi nó với ai nên tôi ngồi xuống, với thanh kẹo cao-su nho trong tay. Tôi lại có một giây phút tham ái khác. Một người bạn của tôi, tọa cụ của anh nằm ngay phía trước mặt, chưa trở về chỗ ngồi của mình, tôi thấy muốn cho anh cây kẹo sao-su của tôi. Tôi nghĩ có lẽ anh sẽ vui thích lắm, vì anh có được đến những hai món quà *Halloween*. "Hay lắm," tôi tự khen, "Mình vừa biến một trạng thái tiêu cực trở thành tích cực!"

Tôi đặt thanh kẹo của mình cạnh cây kẹo của anh trên tọa cụ. Tôi quan sát thấy anh bước đến chỗ ngồi của anh, cầm hai cây kẹo lên và ngồi xuống. Vừa khi đó, trong tôi chợt phát khởi lên một ý nghĩ "Mình đã làm một chuyện khờ dại hết sức! Tại sao mình lại để kẹo trên tọa cụ của anh ta. Bây giờ thì anh biết là có người khác cho anh kẹo, và có lẽ anh nghĩ là có một người nào đó đã ái mộ anh. Ý nghĩ ấy chắc thế nào cũng làm xao động cái tâm thức tĩnh lặng của anh trong mấy tuần qua. Và chính tôi, một người lúc nào cũng tự hào là tu tập tinh chuyên, lại gây cho anh sự động tâm ấy!"

Đến lúc này thì tôi đã hoàn toàn bất mãn vì hành động vô ý thức của mình, và nghi ngờ cái tuệ giác mà tôi đang có là đến đâu. Thêm nữa, tôi cảm thấy mệt nhoài.

Cả câu chuyện chỉ diễn ra trong vòng ba mươi giây. Tôi đi từ một trạng thái an tĩnh vui sướng đến một trạng thái bối rối bất an không đầy một phút.

Mặc dù đó chỉ là một cây kẹo nhỏ nhặt, nhưng tôi thấy câu chuyện ấy quan trọng. Trước hết đó là một thí dụ rất hay về tính chất mỏng manh, vô thường và trống không của các trạng thái trong tâm thức ta. Nó cũng giống như thời tiết, cứ đến rồi lại đi. Vui vẻ. Buồn bực. Tĩnh lặng. Tả tơi. Mưa, nắng, gió, tuyết, chúng biến chuyển chỉ trong chừng một khoảnh khắc.

Trong khoảng thời gian bối rối vì thanh kẹo cao-su ấy, tôi học được một bài học quý giá về liều thuốc giải độc hay nhất cho bất cứ một tâm thức chướng ngại nào. Liều thuốc mầu nhiệm nhất có thể đem lại sự quân bình cho ta là một *cái thấy rõ ràng*.

Trong buổi tối hôm ấy, tôi ghi nhận được hết tất cả mọi chuyện khi nó đang diễn ra. Và tôi bật cười! "Mình mới vừa bị nhiều tâm thức chướng ngại tấn công cùng một lúc. Thôi, cũng đừng mơ mộng là mình sẽ có thể an trú trong cái trạng thái vui vẻ và tĩnh lặng mãi. Có lúc sẽ là an lạc và thanh thản, và rồi cũng sẽ có những lúc khác. Thở vào cho sâu. Mỉm cười. Hãy mừng là mình vừa mới học được một điều mới. Thở vào một hơi tiếp. Thưởng thức đi!"

IV. MỘT CÁI NHÌN SÁNG TỎ: TUỆ GIÁC VÀ TỪ BI

Tự tánh của tâm

Khi nghe nhà Phật nói về sự trống không, hoặc khi nghe tâm được diễn tả như một khoảng không gian thênh thang rộng lớn, người ta thường tưởng tượng đến tâm tĩnh lặng cũng giống như là một hố đen (*black hole*) trong vũ trụ vậy. Và từ đó họ có thể đâm ra sợ hãi và nói: "Tôi càng lúc càng trở nên thoải mái trong khi ngồi thiền, nhưng rồi tôi hoảng sợ là tôi sẽ quên đi mình là ai," hoặc "Tôi sợ là mình lạc đi đâu đó và rồi không còn biết đường trở về nữa."

Nói chung thì những chuyện ấy sẽ không bao giờ xảy ra. Chúng ta lúc nào cũng vẫn nhớ mình là ai. Và thường thì tác dụng của thiền quán là để giúp chúng ta có mặt trong hiện tại hơn, bây giờ và ở đây, chứ không phải đưa ta đến một nơi chốn xa xôi, lạ kỳ nào khác. Một tâm rộng lớn và không xao động không có nghĩa là tâm ta sẽ trống vắng không còn một ý nghĩ, ý niệm hoặc cảm thọ nào nữa. Nó chỉ có nghĩa là tâm ta *không còn xao động*, thế thôi!

Khi tôi còn bé, thành phố nhỏ nơi tôi ở có

thông qua một sắc lệnh là cấm làm "*ồn ào nơi công cộng*". Tôi thường thắc mắc không biết thế nào là *làm ồn ào* nơi công cộng. La hét ở chỗ đông người chăng? Hay là ca hát trên đường phố? Ngày nay, giữa đời sống phức tạp ở thành phố, ý niệm về việc giữ cho một nơi chốn nào đó được thinh lặng thật là một việc hết sức kỳ diệu.

Tự tánh của tâm ta là tĩnh lặng. Đối với tôi thì khám phá ấy, ít nhất trong thời gian đầu, vừa đem lại một tin vui mà cũng vừa mang đến một tin buồn. Tin buồn là vì một tâm thư thái, một tâm không bị động loạn, trạng thái ấy không có gì kỳ diệu hoặc phiêu diêu, biến hóa như tôi đã từng mơ tưởng. Còn tin vui là vì sự tĩnh lặng ấy lại chính là một trạng thái nhiệm mầu nhất của tâm ta, và nó không bao giờ nhàm chán hoặc buồn tẻ hết. Chúng ta có thể kinh nghiệm được nó mãi mãi. Và sở dĩ chúng ta *có thể* kinh nghiệm được nó mãi mãi bởi vì nó chính là tự tánh của ta.

Không có một cây tùng rực lửa

Annie Dillard đã có một ảnh hưởng rất lớn đối với tôi vào những năm tôi mới bắt đầu bước chân vào con đường tu tập. Tôi đã đọc quyển "*Người hành hương tại con suối Tinker*" của bà rất nhiều lần. Trong quyển ấy có một đoạn đã làm tôi xúc động thật mạnh. Bà ghi lại, có một lần trong khi bà đi xuyên qua rừng, trên đường trở về căn nhà gỗ của mình tại con suối *Tinker*, nơi đây bà sống suốt một năm trời trong rừng vắng để tiếp xúc với thiên nhiên. Rõ ràng là lúc ấy tâm bà rất tĩnh lặng, sự chú ý của bà rất cao, và bà đang sống trong một trạng thái gần như tiếp xúc được hết với mọi sinh vật có mặt chung quanh bà. Lẽ dĩ nhiên, đây là một trạng thái tâm thức mà từ đó người ta có thể có được những tuệ giác rất khác thường.

Ngày hôm ấy, trên đường trở về căn nhà nhỏ, bà chợt thấy một cây tùng bên đường bốc rực lửa. Tôi biết, khi đọc những dòng ấy, không phải bà muốn nói là cây tùng ấy đang bốc cháy thật sự. Tôi nghĩ có lẽ bà muốn diễn tả cây tùng ấy có tỏa ra một hào quang hoặc một ánh sáng chói chang nào đó. Sự kiện ấy, tự chính nó, tôi nghĩ không có gì là lạ thường hết, nhưng vì bà đã nhìn nó bằng một con mắt khác thường. Bà diễn tả lại giây phút ấy như có một năng lượng chuyển hóa rất lớn, và viết rằng bà sống cho những ảnh tượng như vậy.

Và tôi cũng muốn mình sẽ có được một cây tùng rực lửa giống như thế. Tôi nghĩ rằng nếu tâm ta tĩnh lặng đủ, nó sẽ bùng sáng lên như một ngày lễ lớn, có pháo bông rực sáng trong nội tâm, không cần biết bên ngoài là đêm hay ngày. Tôi nghĩ có lẽ tôi cũng ít nhiều đã bị ảnh hưởng vì cuốn phim *Yellow Submarine* của ban nhạc *the Beatles*, trong màn đầu mọi vật đang trắng đen đột nhiên trở nên đầy màu sắc. Tôi muốn thế giới của tôi được bừng sáng, rực rỡ màu sắc.

Khi tiếp tục thiền tập, đôi khi tôi cũng có lúc kinh nghiệm được những giây phút có những sự kiện thú vị xảy ra trong thân và tâm. Có lúc tôi cảm thấy cơ thể mình lâng lâng vui sướng, thân tôi rung động mạnh vì một niềm hoan lạc, màu sắc chung quanh tôi dường như sắc sảo hơn, đường viền của những chiếc lá chừng như rõ nét hơn. Thực phẩm trong khóa tu có những hương vị thơm ngon hơn bình thường. Nhưng nó không có nghĩa là một trái táo khô sẽ trở nên mọng nước hơn. Một trái táo khô sẽ vẫn là một trái táo khô, tôi biết vậy. Và hương vị ngọt ngào sẽ vẫn là hương vị ngọt ngào, và tôi cũng biết vậy. Nhưng không có gì bốc lửa, không có gì tỏa hào quang, và cũng không có một trời hoa pháo nào xảy ra trong tâm tôi.

Một hôm, sau nhiều năm tu tập, trong một khóa tu thiền, tôi đi dạo ra bên ngoài tu viện và ngồi xuống trên một chiếc băng gỗ cạnh cửa sau, chờ vài phút cho đến giờ ăn trưa. Ngày hôm ấy trời có nhiều sương mù và mây xám. Tu viện là một tòa nhà cũ kỹ nằm yên trong một khung cảnh buồn tẻ. Trời tháng hai *California* u ám và tẻ nhạt. Chiếc băng ghế ngồi lạnh lẽo. Phía trước mặt tôi là một thân cây, vẫn còn trơ trụi vì những nụ lá xanh chưa nở. Tôi tự nghĩ: "Không biết đây có phải là *cây tùng* của mình không!"

Tôi nhắm mắt lại và chú ý đến hơi hở của mình. Tôi cảm thọ được thân mình đang ngồi trên chiếc băng ghế lạnh. Tôi cảm thọ được không khí ẩm ướt chung quanh. Tôi cảm thấy rất thư thái. Tôi bắt đầu thấy thích chiếc băng ghế lạnh, tôi thích sự cứng chắc của nó, tôi thích hơi sương lành lạnh chung quanh tôi. Tôi ý thức là mình đang có hạnh phúc. Tôi thấy hơi đói nhưng vẫn thấy là hạnh phúc. Rồi chuông báo hiệu giờ ăn trưa vang lên. Tôi nghe tiếng chuông, tôi thích âm thanh ấm áp ấy, nhưng tôi không cảm thấy một sự thúc đẩy nào bảo tôi phải đứng dậy để đi vào trong nhà sắp hàng. Tôi vẫn ngồi yên đó. Đột nhiên, tôi ý thức được đây là một kinh nghiệm khá đặc biệt, và sự kiện là không có một sự thúc đẩy nào khởi lên trong tôi bắt tôi đi làm một chuyện khác, là phi thường lắm. Đây là một tiếng chuông kêu gọi tôi đi vào nhà làm một công việc thú vị hơn, trong một khung cảnh ấm cúng hơn, và dù vậy trong tâm tôi không hề có một ý muốn nào khởi lên bảo tôi phải thay đổi hoàn cảnh hiện tại của mình. Tôi hoàn toàn mãn nguyện. Tôi tự nghĩ: "Hay thật! Mãn nguyện là một trạng thái tâm thức kỳ diệu nhất. Nó khác thường vô cùng." Tôi lại nghĩ tiếp: "Có lẽ đây là giây phút giác ngộ của tôi. Có lẽ nếu tôi mở mắt ra, thân cây trước mặt tôi sẽ ngời sáng và tỏa chiếu hào quang." Tôi rụt rè nhút nhát, từ từ mở mắt ra. Thân cây trước mặt tôi vẫn không có một chút gì thay đổi, nó vẫn thật tầm thường. Nhưng tôi cảm thấy vô cùng hạnh phúc.

Thỉnh thoảng trong tôi cũng vẫn còn ước vọng về một cây tùng rực lửa. Thường thường, những lúc nào tôi cảm thấy thật tĩnh lặng và an lạc, tôi lại có một ý nghĩ: "Cảm giác này thật kỳ diệu, có lẽ bây giờ là lúc cây tùng bốc lửa của mình xuất hiện đây!" Nhưng chuyện ấy chưa bao giờ xảy ra! Mà thật ra tôi nghĩ đó cũng là một điều may mắn cho tôi. Nếu tôi có thấy được một lần, nó chắc chắn sẽ không kéo dài lâu và rồi cũng qua đi, nhưng tôi lại bắt đầu tìm kiếm để mong được thấy thêm một *cây tùng* khác nữa. Điều đó sẽ thành một chướng ngại lớn.

Những cây tùng rực lửa ấy hiếm hoi và khó xảy ra lắm. Nhưng những giây phút an lạc thì có thể có mặt trong mỗi giây mỗi phút trong cuộc đời. Thật ra, mỗi giây phút của ta đều có tàng chứa sự an lạc. Sở dĩ ta không tiếp xúc được với chúng chỉ vì tâm ta chưa dừng lại đó thôi.

Ba con dấu của thực tại

Đức Phật có nói đến ba sự thật về những kinh nghiệm trong cuộc sống, về *tất cả* những kinh nghiệm trong cuộc sống của ta. Chúng bảo đảm sẽ đem lại cho ta hạnh phúc và an lạc nếu ta có thể thật sự hiểu được chúng.

Thật ra thì ba sự thật ấy rất là hiển nhiên,

III. Những Chướng Ngại Của Tuệ Giác

thực tập thiền quán. Thực phẩm ở đây rất đơn sơ và hoàn cảnh không hề cho phép ta có những sinh hoạt gì nhiều. Mặc dù vậy, tôi cũng đã phác thảo trong đầu toàn bộ một nhóm y phục rộng rãi và thoải mái mà tôi có thể mặc để đi tham dự một khoá tu trong tương lai viễn vông nào đó. Tôi tưởng tượng sẽ đan cho mình một tấm mền ấm hơn. Tôi phác họa trong đầu sẽ mua một chiếc đòn gỗ hoặc một tọa cụ khác, ngồi thoải mái hơn cái mà tôi đang có. Mặc dù những nguyên nhân gây nên sự tham muốn ở đây rất là ít ỏi, nhưng tâm tôi vẫn cứ hoạt động tối đa. Tôi tưởng tượng kinh nghiệm tu tập của mình sẽ có nhiều thành quả hơn nếu họ làm đồ ăn sáng ngon hơn hoặc mua một hiệu trà khác hơn.

Tùy ở sự tu tập của tôi ngày hôm ấy tốt đẹp đến đâu, tôi có thể thấy mình nghĩ đến thực đơn của buổi ăn chiều, ngay sau khi vừa ăn trưa xong. Nhưng tôi không hề nghĩ là tâm tôi động loạn gì nhiều hơn bất cứ một ai khác. Tánh tự nhiên của tâm là luôn luôn nhìn về phía chân trời, tìm kiếm những kinh nghiệm nào khả dĩ có thể đem lại sự thú vị cho nó, và rồi bám chặt vào đó. Đó là tình trạng bị điều kiện của chúng ta.

Và đôi khi năng lượng của sự ham muốn trong tâm sẽ khiến cho ta đột nhiên biết yêu. Khi tâm và thân ta tràn ngập năng lượng của ái dục, người khác đối với ta tự nhiên sẽ trở nên hấp dẫn hơn. Chúng ta vẽ vời nên những hình ảnh thơ mộng lãng mạn hoặc gợi tình về người khác mà không cần biết họ là người như thế nào, chỉ dựa vào tâm ta lúc ấy cảm thấy ra sao. Đây là một hiện tượng đặc biệt rất khó đối trị. Nó xảy ra rất thường trong những khoá tu khi mọi người tuyệt đối nguyện giữ thinh lặng, và vì vậy họ không thể nào xét đoán được người khác xem có hợp với mình không. Họ cảm thấy kích thích trong tâm và thân, và đột nhiên bị xúc động mạnh, giống như là họ vừa biết yêu một người mà mình không hề quen biết, chỉ dựa trên cách cô nàng đi vào thiền đường hoặc nhìn anh chàng ăn mà thôi. Chính tôi cũng đã từng cảm thấy yêu những người đâu đâu, chỉ vì họ vô tình bước vào tầm nhìn của tôi, khi tôi đang cảm thấy vui thú hoặc đang ngập tràn năng lượng ái dục. Tôi cũng đã mơ tưởng ra những hình ảnh bỏ trốn theo những người xa lạ ấy. Cả sự việc rất là buồn cười và không thực, vì tôi đã có chồng và hoàn toàn không hề có một tình ý nào khác với bất cứ ai. Và những người mà tôi cảm thấy "yêu", tôi cũng có biết chút ít về họ, hoặc đã đính hôn hoặc cũng đã có gia đình. Cả chuỗi sự kiện ấy hoàn toàn chỉ là những mơ tưởng vô vọng. Nhưng dù vậy, tâm ta cứ bám vào vấn đề ấy và quyết định rằng đây là một mối tương giao quan trọng nhất trong đời mình, đây là người bạn đời tâm linh mà mình hằng tìm kiếm. Nghĩ cũng đáng sợ khi thấy tâm ta lại có thể dựng lên cả một tấn tuồng

III. Những Chướng Ngại Của Tuệ Giác

từ một năng lượng rất đơn sơ của thân và tâm.

Khi năng lượng của ái dục phát khởi, chúng ta nhìn chung quanh, và đùng một cái cho rằng: "Đây chính là cái mà mình đang cần đây!" Thật ra đó cũng không phải là vấn đề, mà là sự khôi hài thì đúng hơn. Nó chỉ trở thành vấn đề khi ta thiếu chánh niệm, khi ta quên đi và cho đó là thật.

Nhưng không phải là tôi muốn khuyên bạn không nên yêu. Biết yêu nhiệm mầu lắm chứ! Tôi chỉ muốn nói là khi ta yêu, ta nên từ tốn một chút để có thể biết chắc rằng người ta yêu không đơn giản chỉ là một nhân vật được tạo nên bởi lòng ham muốn của chính mình.

Giáo lý của Phật dạy về ái dục có lẽ cũng tương tự với một huyền thoại của Âu châu, là nếu bạn nuốt trọn trái tim của một con gà, bạn sẽ phải lòng và sống trọn đời với bất cứ người nào mà bạn gặp ngay sau đó. Thật ra tôi nghĩ có lẽ chuyện ấy cũng đã thật sự xảy ra cho rất nhiều người. Sau khi đã nuốt trọn một trái tim và đang ở trong trạng thái gợi tình, bất cứ người nào mà họ gặp tiếp đó sẽ được nhìn thấy là hấp dẫn hơn. Là một thiền sinh có nghĩa là ta tạo cho mình một khoảng không gian trong tâm, để ta có thể tỉnh táo và thấy được thế nào một phản ứng lành mạnh và vững vàng.

Một liều thuốc có khả năng hóa giải được

chướng ngại về ái dục là sự kiềm chế. Thái độ *kiềm chế* trong thời đại ngày nay nghe có vẻ lạc hậu quá. Tôi cũng cảm thấy hơi ngượng một chút khi sử dụng danh từ ấy, vì tôi thấy bắt đầu giống bà Nội mình. Đối với cụ thì chỉ cần nói ra một số từ ngữ khiếm nhã thôi cũng đủ là hành động bất luân rồi. Nhưng *kiềm chế* là một danh từ rất hay. Nó có nghĩa là ta biết chờ đợi lâu đủ để thấy được hai việc xảy ra.

Việc thứ nhất là ta hy vọng sẽ thấy rõ được đối tượng của sự ham muốn có lành mạnh không, và hành động theo nó có hợp luân lý, có trách nhiệm và đúng đắn hay không. Và việc thứ hai sự chờ đợi có thể cho phép ta thấy được là ham muốn tự nó chỉ là một năng lượng của tâm mà thôi. Đó là một loại năng lượng có tác dụng tô màu cảm giác và thúc đẩy hành động của ta. Nhưng khi đã biết nó chỉ là một loại năng lượng, ta sẽ hiểu nó không hề có quyền năng bắt ta phải hành động. Nó không phải là một mệnh lệnh, chỉ là một lời đề nghị mà thôi. Nếu sự ham muốn là lành mạnh và đúng lúc, ta có thể quyết định sẽ hành động theo. Và nếu sự ham muốn là bất thiện và không đúng lúc, ta có thể tự kiềm chế lại, và năng lượng ấy chắc chắn rồi sẽ qua đi.

mỗi khi tôi đem ra dạy, người ta thường hay nói: "Chỉ có vậy thôi sao? Ai mà lại không biết việc đó!" Đúng vậy, chúng là những sự thật hết sức bình thường, và mọi người có lẽ ai cũng đều biết chút ít về chúng. Nhưng tôi tin rằng điều quan trọng trên phương diện tu tập là ta phải hiểu cho thật *thẩm thấu,* làm thế nào để chúng có thể giúp ta bớt sợ hãi hơn và có hành động từ ái hơn.

Ba sự thật ấy còn được gọi là ba con dấu, trong kinh điển gọi là *Tam pháp ấn,* là ba đặc tính của mọi kinh nghiệm trong cuộc sống của ta: *anicca, dukkha* và *anatta.*

Anicca có nghĩa là *vô thường,* tất cả mọi việc đều biến đổi không ngừng. Không có gì trên đời này là có thể tồn tại mãi được. Sự việc hiện lên từ một chân trời giả tưởng mà ta gọi là *"tương lai",* chúng đi qua như những kinh nghiệm, và biến mất vào trong một khoảng trống không mà ta gọi là *"quá khứ".* Và ngày hôm qua của ta cũng nằm trong cùng với một khoảng trống không như cuộc Thế chiến vừa qua.

Dukkha có nghĩa là sự không vừa lòng, *bất toại nguyện.* Vì chung quanh ta không có gì là bền vững, không một nơi nào cho ta an nghỉ, nên cuộc sống là một chuỗi dài của những sự điều chỉnh liên tục để đi tìm hạnh phúc.

Và con dấu thứ ba, *anatta,* có nghĩa là *vô ngã,* không có một thực thể riêng biệt. Nó có nghĩa là tất cả những kinh nghiệm của ta chỉ là một dòng sông trôi chảy không ngừng nghỉ, nó khởi lên, hiển lộ ra, và rồi biến mất đi. Và chỉ là vậy! Ý niệm cho rằng có một người nào đó riêng biệt đứng bên ngoài nhìn dòng sông ấy chỉ là một ảo tưởng mà thôi.

Nếu những sự thật ấy quá đơn giản và ai cũng biết, thì tại sao chúng ta phải cần đến sự tu tập làm gì? Nói cho cùng, trong chúng ta có những người có tuệ giác một cách tự nhiên. Nhưng còn đa số chúng ta, một cái biết kiến thức dường như vẫn là chưa đủ. Sự tu tập vì vậy rất cần thiết, vì nó có thể đem lại cho chúng ta một cái thấy sáng suốt và sâu sắc, và nó còn có một tác dụng chuyển hóa nữa. Trong kinh điển, sự chuyển hóa này còn được gọi là một sự phát triển tuệ giác. Bạn không thể nhìn thấy được tuệ giác, nhưng bạn có thể thấy được những phản ảnh của chúng. Những phản ảnh của chúng chính là sự an lạc, không sợ hãi và lòng từ ái.

Như bọt nước, sương mai

Trên một chuyến xe buổi sáng ở *Massachusetts*, tôi một mình với chú tài xế trên đường đến phi trường *Logan*. Chú trông cũng trạc tuổi tôi nên tôi đoán có lẽ chú cũng đã có con, cháu. Chỉ trong vài phút, chúng tôi đã thăm hỏi nhau hết về những chi tiết cần thiết -

có bao nhiêu con cháu, trai hay gái, mấy tuổi. Và rồi chúng tôi lại bàn tiếp đến sự kỳ diệu của tính chất di truyền, như là màu tóc đỏ của ông nội và tánh nhút nhát ghê gớm của dì nó đã biểu hiện thật rõ ràng nơi đứa cháu trai bốn tuổi.

Vui miệng, câu chuyện tự nhiên từ đó bắt sang những niềm hạnh phúc: đứa cháu trai của chú là một diễn viên, cháu trai tôi biết nói tiếng Thụy Điển, gia đình của chú ai cũng biết thương và lo lắng cho nhau, gia đình tôi cũng thế. Và sau một hồi, chúng tôi lại sang đến những khó khăn: đứa nào có những vấn đề về sức khỏe, về công ăn việc làm, về chuyện vợ chồng...

Tôi để ý thấy rằng cuộc đời của chúng ta ai cũng giống như nhau, có những niềm hạnh phúc và nỗi khổ đau tương xứng, chỉ duy có tên tuổi nhân vật là thay đổi mà thôi. Chú gật gù đồng ý và mỉm cười, khi nhớ lại một kỷ niệm xưa. "Chúng tôi vui lắm," chú kể, "diện quần áo thật kẻng cho mấy đứa con nít để đi lễ. Đứa lớn nhất được mười chín tuổi khi em nó mới sanh, cả gia đình tôi cùng bước vào một lượt trông thật đẹp mắt, tất cả là tám người."

"Ngày lễ Giáng Sinh," chú tiếp tục, "đó mới thật là nhộn nhịp. Vào lúc ấy cái gì thấy cũng là quan trọng vô cùng, và bây giờ nhìn lại thì như là chưa từng xảy ra. Tôi đã làm việc cho sở bưu điện hơn ba mươi bốn năm trời, trước khi về hưu và bắt đầu lái xe, mà bây giờ nhìn lại cũng thấy dường như chuyện sở bưu điện ấy chưa xảy ra bao giờ!"

Kinh Kim Cang đã diễn tả sự thật ấy rất hào hùng, khuyên ta nên nghĩ đến "cuộc sống vô thường" này như là "mộng huyễn, như bọt nước, như sương mai, như ánh chớp" (*Nhất thiết hữu vi pháp, như mộng huyễn, bào ảnh, như lộ, diệc như điển, ưng tác như thị quán.*)

Những học trò của tôi đôi khi cũng gặp khó khăn với những ý niệm như là sự trống không hoặc là không có một thực thể riêng biệt. Vì trong giây phút này mọi vật thấy dường như rất thực, rất quan trọng và rất vững chắc. Tôi nghĩ, có lẽ vì sự mạnh mẽ của ý kinh hoặc những hình ảnh ví dụ đã làm cho họ bị rắc rối. Chỉ cần chiêm nghiệm lại kinh nghiệm của chính cuộc đời mình, ta sẽ biết rằng những điều trong kinh nói là sự thật.

Anicca: Vô thường

Anicca là chân lý về vô thường, về cái tự tánh thay đổi và biến chuyển liên tục của mọi kinh nghiệm. Lẽ dĩ nhiên, chúng ta ai mà không biết rằng sự vật sẽ thay đổi, rằng không có gì là tồn tại mãi mãi. Tôi không biết có người nào lại thích đi gặp nha sĩ, nhưng chúng ta ai cũng đã phải đi, và ít nhiều gì cũng tương đối cảm thấy thoải mái, cho dù có vấn đề gì đi chăng nữa. Và tôi dám chắc là sẽ không ai dám đi gặp nha sĩ nếu mỗi buổi hẹn đều kéo dài vô tận, không biết khi nào ta mới được bước ra khỏi phòng khám răng.

Chúng ta biết là việc gì rồi cũng sẽ đổi khác, cái gì rồi cũng sẽ qua, những khi đi gặp nha sĩ. Nhưng trong cuộc sống, đôi khi ta lại quên việc ấy, nhất là khi bị bối rối. Buồn rầu làm ta bối rối, mất mát và muộn phiền làm ta sợ hãi. Nếu chúng ta có thể giữ cho tâm mình được trong sáng một chút thôi, và ý thức được rằng cái gì cũng chỉ là tạm thời, ta sẽ có thể đối diện với những hoàn cảnh phức tạp, khó khăn bằng một sự ung dung.

Việc này rồi cũng sẽ qua

Đứa con thứ tư của tôi chào đời khi đứa đầu tiên được năm tuổi. Tôi rất vui mừng với hoàn cảnh của mình, và niềm hân hoan ấy tràn ngập tâm tôi. Tôi vẽ hàng chữ *"Việc này rồi cũng sẽ qua"* trên khung cửa nhà bếp. Và ngày ấy cũng đã trôi qua. Bây giờ hồi tưởng lại những ngày tháng đó tôi cảm thấy thật nhiều thương nhớ.

Khi tôi hiểu được thời gian lướt qua rất nhanh và những việc trong đời tôi đã trôi ngang như một bóng mờ, tôi chợt ý thức rằng ngày mai đây khi thức dậy, nhìn lại mình tôi sẽ thấy đã già tám mươi tuổi. Khi mẹ chồng tôi đã lớn tuổi, bà ta thường hay thở dài và nói: "Mới quay lưng một chốc mà rồi xong hết!" Tôi thường nghĩ đó chỉ là kinh nghiệm cá nhân của bà về cuộc đời. Bây giờ thì tôi biết đó là sự thật.

Không có sự dễ chịu nào là lâu dài

Căn nhà tôi đang ở cũng đã được một trăm tuổi. Khi chúng tôi mới dọn vào, ở trước cửa chánh có một hàng rào để vịn tay dọc theo những bậc thang dẫn lên nhà. Những người chủ trước, các cụ đã lớn tuổi, dọn đến một căn nhà khác dễ dàng cho sự ra vào của họ hơn. Vì hàng rào vịn tay ấy trông không được đẹp mắt cho lắm, và chúng tôi vẫn còn trẻ trung, khoẻ mạnh, lúc vừa mới dọn vào chúng tôi đã cho người tháo gỡ nó xuống.

Mới đây, chúng tôi đã cho dựng hàng rào vịn tay ấy lên lại. Chúng tôi chưa cần đến nó nhưng đa số bạn bè chúng tôi cần. Điều thật lạ lùng là tôi có cảm tưởng như mình mới tháo gỡ nó xuống hôm qua đây thôi! Nếu tôi kể lại một câu chuyện về cuộc đời vô thường, bắt đầu bằng câu: "Cuộc đời tôi trôi qua như bóng mây..." thì tôi có thể trở thành bi quan. Lòng thương cảm phải được sử dụng để giúp ta trân quý giây phút hiện tại này hơn thì mới có ích lợi. Còn nếu ta chỉ biết thương nhớ, tiếc nuối về những gì mình đã bỏ lỡ, chúng sẽ chỉ trì kéo ta xuống thêm mà thôi.

Phyllis là một trong những người mà tôi biết ngày nay phải cần đến chiếc hàng rào vịn tay ấy. Mười năm trước khi mới gặp chị, chị có thể lên xuống những bậc thang trước nhà tôi hết sức dễ dàng. Bây giờ cơ thể chị quá mỏng mảnh, chị phải cần đến một chiếc ghế đặc biệt mới có thể ngồi thoải mái. Tuần rồi, trong khi sắp xếp lại mấy chiếc gối dựa lưng cho chị, tôi hỏi: "Chị có cảm thấy dễ chịu hơn không?"

"Đỡ lắm," chị trả lời một cách nuối tiếc, "nhưng không có sự dễ chịu nào được lâu cả!"

Dukkha: Bất toại nguyện

Khi ta nói: "Cuộc đời này không toại nguyện," việc ấy có vẻ hơi thiếu lịch sự, như là chúng ta đang phàn nàn về một cái gì. Tôi nhớ khi lên lớp Ba, tôi bị cô giáo phê "Không vừa ý" trong mục "Làm việc và chơi đùa với bạn." Bây giờ mỗi lần nghĩ lại tôi vẫn còn cảm thấy hơi bất mãn. Tôi nghĩ, có lẽ tôi bị điểm xấu vì khi so sánh với những người khác, họ đã làm việc và chơi với nhau hay hơn tôi. Nhưng làm sao mà cuộc sống lại có thể là "không toại nguyện" được? Ta so sánh nó với cái gì đây?

Con dấu thứ hai của những kinh nghiệm trong cuộc sống là *sự bất toại nguyện*, tức *dukkha*. Đức Phật dạy rằng sự bất toại nguyện cơ bản nhất của ta phát sinh từ một ý thức về sự vô thường. Đáng lẽ điều ấy phải khai phóng ta mới phải! Vì khi ta "*hiểu*" được tính cách tạm bợ của mọi vật, ta cũng sẽ "*hiểu*" là nếu mình bám víu vào bất cứ một cái gì, chẳng những hành động ấy hoàn toàn vô ích mà còn sẽ mang lại cho ta nhiều khổ đau nữa.

Không một việc gì mà có thể tồn tại mãi được. Có lần tôi hướng dẫn một khóa tu một tuần cho toàn những thiền sinh mới. Đa số những phương pháp thiền tập, kể cả phương pháp thiền quán mà tôi hướng dẫn, đều bắt đầu bằng cách yêu cầu mỗi người chú ý đến cảm thọ của hơi thở. Lý do là vì chúng ta ai cũng thở, hơi thở rất bình dị và ai cũng có thể cảm nhận được nó rất dễ dàng. Biết chú ý vào kinh nghiệm của hơi thở sẽ đem lại cho ta sự tĩnh lặng và một khả năng tập trung sáng tỏ.

Tôi cố diễn đạt những lời hướng dẫn của tôi sao cho mọi người có thể chú ý và kinh nghiệm được sự biến đổi liên tục đang xảy ra bên trong và chung quanh họ. Tôi cố ý làm việc ấy, vì hy vọng của tôi khi hướng dẫn mọi người là không những họ sẽ được trở nên tĩnh lặng, mà còn phát sinh được tuệ giác, và sẽ tự chứng nghiệm được những chân lý giải thoát mà đức Phật đã dạy.

Tôi nói những lời như: "Khi bạn đặt sự chú ý của mình vào kinh nghiệm của hơi thở, bạn hãy nhớ ghi nhận sự sinh lên và diệt đi của chúng. Cái gì có sinh ắt sẽ có diệt."

Mỗi ngày qua trong khóa tu, và tôi tiếp tục đưa ra những lời hướng dẫn tương tự, với hy vọng sẽ giúp mọi người chú ý đến tính cách tạm bợ của mọi hiện tượng. "Khi đi, hãy ghi nhận mỗi bước chân đặt xuống của ta sinh lên và diệt đi như thế nào." "Khi ăn trưa, hãy ghi nhận cơn đói bụng của ta lúc ban đầu, nó dần mất đi khi ta tiếp tục ăn."

Cuối cùng, một buổi chiều, dường như không còn chịu đựng được nữa, một thiền sinh cắt ngang lời tôi: "Sao bà cứ nói lại như thế hoài vậy?" anh ta kêu lên. "Tôi không chịu nổi khi bà cứ nói như vậy mãi."

"Tôi nói như vậy," tôi đáp, "vì đó là sự thật."

Tôi rất cảm thông với sự bất mãn của anh. Tôi có thể chia sẻ được điều ấy vì tôi cũng đã từng trải qua một thời gian dài tương tự. Trên con đường tu tập, tôi cũng đã từng có những lúc mà tôi chỉ ý thức được duy có sự sanh diệt của các hiện tượng mà thôi. Cuộc sống đối với tôi dường như chỉ là những bài toán khó khăn, đau đớn, và vô lý trên con đường đi đến cái chết.

Trong một buổi trình pháp, tôi kể cho vị thầy tôi nghe là tôi cảm thấy mọi chuyện bây giờ đối với tôi dường như rất trống vắng và vô nghĩa.

"Cẩn thận nhé *Sylvia*," ông bảo, "đừng để cho cái tuệ giác về tính chất *bất toại nguyện* này làm khổ đến kinh nghiệm sống của chị."

"Cám ơn thầy nhiều lắm," tôi lịch sự trả lời, như học trò đối với một vị thầy mình kính mến, tin là ông hiểu rõ những gì ông nói, và tôi chào ông bước ra ngoài. Khi cánh cửa khép lại phía sau lưng, tôi nghĩ: "Nhưng biết phải *làm sao* đây?"

Không lâu sao đó, vẫn còn bị dính mắc với quan niệm rằng *đời-vô-nghĩa-vì-bất-toại-nguyện*, tôi cùng với chồng tôi đi nghỉ mát ở *Hawaii* vào một ngày lễ. Kinh nghiệm lần ấy mới thật là kỳ cục! *Hawaii* phải là một nơi của tình yêu và thơ mộng. Hai vợ chồng tôi cùng ngồi với nhau ngoài vỉa hè của một nhà hàng, ngắm mặt trời hoàng hôn lặn cuối chân trời. Chung quanh tôi là những cặp tình nhân nắm tay nhau, nhìn hoàng hôn mỉm cười, chắc chắn là họ đang thì thầm với nhau những lời tình tứ, trong khi chỉ có mình tôi là đang khóc thầm trong lòng! "Lại một buổi chiều tàn, một ngày lại trôi qua! Mọi việc đang đi qua! Cuộc đời sao thấy trống vắng và vô nghĩa quá!" Tôi đoán có lẽ lần ấy tôi đã không là một người bạn đồng hành vui tươi lắm đối với chồng tôi.

Nhưng tôi nghĩ chúng ta vẫn có thể ý thức được tính chất bất toại nguyện của cuộc sống mà không cần phải chán bỏ tất cả. Khi ta ý thức được sự mỏng manh và tạm bợ của mọi hiện tượng, sự thật là sớm muộn gì chúng ta rồi cũng sẽ mất nhau, ta sẽ cảm thấy mình cần phải biết thương yêu nhau, hiểu biết nhau nhiều hơn.

Đối với một người bị bệnh nan y chúng ta thường nói: "Bà ấy không còn được bao nhiêu ngày nữa." Thật ra thì *tất cả* chúng ta cũng sẽ còn có được bao nhiêu ngày nữa? Nào ai có thể biết chắc được con số ấy là bao nhiêu. Chúng ta không có một giây phút nào để lãng phí cả!

Dẫu đời có là vô nghĩa, món nấm vẫn quan trọng

Cuộc đời của người bạn tôi, *Alta*, là một bài học cho tôi, mà cái chết của bà cũng là một bài học nữa. Suốt bảy mươi chín năm trời, bà có một cuộc sống dồi dào sức khỏe, đùng một cái bà ngã bệnh nặng, và mọi người ai cũng biết là bà khó có thể qua khỏi. Bà đã chấp nhận số phận ấy với một thái độ khoan dung thường ngày của bà. Nhưng đó chỉ là phân nửa bài học mà bà đã dạy tôi.

Phân nửa bài học còn lại là về cái gì là thật sự có ý nghĩa. Lần cuối cùng bà còn có thể nói chuyện với tôi, hai ngày trước khi bà nhắm mắt, chúng tôi bàn về ý nghĩa của cuộc đời.

"Tôi đã suy nghĩ nhiều về ý nghĩa của cuộc đời này," bà nói, "và nó dường như không có gì là quan trọng lắm! Em nghĩ sao?"

"Có lẽ thật ra nó chẳng có gì cả, nhưng người ta lại cứ làm loạn cả lên." Tôi đáp.

"Ừ chắc là vậy," bà trả lời và tiếp, "Em đã đọc một bài điếu văn thật hay lúc bác trai ở nhà mất."

"Em sẽ viết một bài cho chị."

"Nhưng tôi không muốn làm phiền gì đâu..."

"Ồ có gì đâu mà chị lại nói vậy, *Alta*! Chị muốn em nói gì về chị?"

"Cái gì cũng được. Em nói bất cứ điều gì em muốn."

"Em biết rồi, nếu em đọc cái công thức về món nấm ngâm sốt đặc biệt của chị, có được không?"

"Ý đó hay lắm! Món đó thì tuyệt. Tôi biết có nhiều người thích nó lắm!"

"Mà chị còn nhớ công thức không? Chị đọc lại cho em nghe đi!"

"Tôi không nhớ hết. Em tìm trong hộp đựng giấy tờ đồ ăn để trong nhà bếp. Em nhớ nhắc kỹ là không nên nấu lâu hơn bốn tiếng đồng hồ trước khi dùng. Nấm sẽ khô héo đi!"

Tôi nghĩ, món nấm cũng có ý nghĩa quan trọng như bất cứ việc gì khác trên cuộc đời này.

Anatta: Vô ngã

Sự hiểu biết có năng lực giải thoát thứ ba mà đức Phật dạy là *vô ngã*, tức *anatta*. Thật ra đó cũng chỉ là một hình thái khác của luật biến đổi mà thôi. Vì mọi vật đều luôn luôn thay đổi, nên không ai có thể *làm chủ* của sự thay đổi được, và cũng không thể có *một ai* để cho sự thay đổi ấy xảy đến. Chúng ta là động từ chứ không phải danh từ, là những kinh nghiệm đang xảy ra, là những câu chuyện mà tự chúng tự kể lấy và rồi tiếp nối nhau. Một câu chuyện này đều có liên hệ đến tất cả những câu chuyện khác.

Trong kinh điển đức Phật dùng chữ *duyên khởi* để diễn tả rằng mọi việc nhờ nương nhau mà có, tất cả mọi hiện tượng đều có liên quan mật thiết với nhau, hoàn toàn không có một cái gì có thể đứng riêng rẽ, cá biệt, một mình được hết.

Cái nhìn xa rộng, cái nhìn nhỏ gần

Tôi nhớ có đọc ở đâu đó là những phi hành gia đã từng đặt chân lên mặt trăng, hoặc có lẽ *tất cả* những phi hành gia nào đã đi xa đủ để có thể nhìn lại và thấy được toàn thể trái đất một lần thôi, họ đều cùng chia sẻ chung với nhau một kinh nghiệm. Họ cảm nhận được sự nhiệm mầu của những gì đang xảy ra trên mặt địa cầu mà không hề cộng thêm vào đó một sự phê phán tốt xấu, như khi bắt đầu trở về gần trái đất.

Tôi cũng có một kinh nghiệm tương tợ khi tôi có dịp đi đâu cách xa gia đình mình. Chỉ sự hiện hữu của những người tôi thương thôi, cũng đủ quan trọng hơn bất cứ một sự bất mãn hoặc ưa thích nào của tôi có về họ khi chúng tôi ở gần nhau. Sự thực nghiệm tâm linh sẽ giúp chúng ta có một cái nhìn rộng lớn và bao dung, cho dù chúng ta có đang rất thân thiết và gần kề bên nhau.

Tấm ảnh mà tôi thích nhất là hình trái đất mọc khi nhìn từ mặt trăng. Nó tuyệt đẹp. Một trái banh lớn màu xanh dương và lá cây lơ lửng giữa không gian mênh mông đen thẳm, nằm yên trên quỹ đạo của nó. Từ điểm nhìn ấy, quang cảnh trên trái đất kỳ diệu vô ngần! Có loài sinh vật sinh ra, có loài chết đi, cây cỏ một bên đang nở rộ, một bên đang tàn héo, có tuyết rơi, mưa đổ, gió thổi, núi lửa phun, động đất rung chuyển, tiếng người ta nói chuyện, âm thanh ca nhạc hát vang.

Từ mặt trăng nhìn về, đó là một vở tuồng vũ trụ lạ kỳ. Và từ chỗ chúng ta đứng, bên trong vở tuồng ấy, nhìn lên mặt trăng, thì đó lại là một câu chuyện khác. Nó biến từ một vở tuồng chung thành một vở tuồng *của riêng tôi,* và từ đó trở thành một vấn đề. Nếu bạn đứng xa đủ để nhìn lại, thì nó không phải là câu chuyện riêng của bạn đâu - nó là một trong hơn năm tỷ rưỡi câu chuyện trên quả đất này.

Làm cách nào để giữ cho ta có được hai cái nhìn như thế *cùng lúc* là một thử thách lớn. Có lần, cách đây hai mươi năm, người bạn của tôi, *Zalman*, đưa ra một ví dụ mà tôi đã kể lại cho các thiền sinh của tôi nghe rất nhiều lần. Nó cho ta thấy muốn giữ cho mình có được hai quan điểm ấy cùng lúc đòi hỏi một sự tinh tế vô cùng.

Ông ta bảo chúng ta hãy tưởng tượng mình đang ở trong một rạp hát, bắt đầu chiếu đoạn mở đầu cho cuốn phim kinh dị *Psycho* của *Alfred Hitchcock*. Nữ tài tử *Janet Leigh* bị đâm nhiều nhát dao trong phòng tắm. Chúng ta cảm thấy sợ hãi và định đứng lên bỏ về, nhưng người bạn ngồi cạnh bên cản lại và nói: "Có gì đâu, người ta chỉ đóng phim thôi mà!" Ông *Zalman* bảo ta hãy tưởng tượng tiếp là mình lại ngồi xuống và tiếp tục theo dõi truyện phim, bắt đầu thấy nó hấp dẫn, và rồi cũng người bạn ấy, cứ mỗi hai phút lại khều ta và nói: "Nhớ nhé, đây chỉ là đóng phim thôi!" Ta sẽ bực mình và bảo: "Để yên cho tôi một chút có được không, tôi đang thưởng thức truyện phim mà!"

Dẫu biết rằng cuộc đời này cũng giống như một cuốn phim mà mỗi người chúng ta được giao phó cho một vai tuồng, điều ấy không có nghĩa là ta có thể có một thái độ bất cần hoặc dửng dưng với nó được. Thật ra những diễn viên giỏi bao giờ cũng *cảm nhận* được vai tuồng của họ, và hài lòng khi được người khác phê bình là nhân vật của họ rất sống động. Tôi muốn cảm nhận được sự sống của tôi một cách trọn vẹn, đóng vai trò của mình như nó là thật, và vui vẻ cởi bỏ áo mão sau khi màn đã buông xuống. Muốn được như vậy, tôi cần phải giữ cho mình một cái nhìn bao dung và rộng lớn.

Khi ba tôi sắp mất, tôi đã có mặt bên cạnh ông suốt những ngày chót của cuộc đời. Những ngày cuối ấy, ba tôi bị chìm trong một cơn hôn mê, thỉnh thoảng ông tỉnh dậy. Chúng tôi biết ba không còn được bao lâu nữa, cố giúp cho ông được dễ chịu chừng nào tốt chừng ấy, chờ hơi thở chót. Rồi có lúc ba tôi dường như đang trút một hơi thở cuối: thân ông rung động mạnh, hơi thở đứt quảng, tất cả những triệu chứng của một người sắp chết. Tôi siết chặt tay ông và nói một bài đã sửa soạn trước: "Hãy đi vào nơi có ánh sáng" và "Bây giờ là cơ hội để ba rời bỏ thân xác này." Tôi rất hài lòng là mình đã nói những lời ấy, vì đó là những lời mà người hấp hối cần được nghe! Nào là: "Ba đã làm hết những gì ba cần làm trong kiếp sống này rồi." "Mọi người đều thương và quý ba." "Đã đến lúc ba phải tiếp tục hành trình của mình rồi." "Ba đâu cần gì cái thân hư hao này nữa..." Mỗi lần thấy ba tôi vất vả với hơi thở của ông, là tôi lặp lại bài diễn thuyết ấy. Có lúc ông trở nên thoải mái hơn và ngủ thiếp đi, tôi lại chờ đợi. Vào lúc cuối, hơi thở của ông trở nên đứt quảng liên tục, tôi nhổm dậy và lại bắt đầu nói về "Hãy đi vào ánh sáng..." Ông mở mắt ra nhìn tôi và nói một cách thật rành mạch: "Con biết không, chẳng có gì đâu con, đừng làm cho to chuyện!"

Bác thợ sửa máy may: Quên đi câu chuyện của mình

Tuệ giác của *vô ngã*, một ý thức rằng câu chuyện này là không có chủ, có lẽ là điều khó hiểu nhất. Ví dụ, khi ta nói "Tôi buồn quá," thì ta thật sự cảm thấy có một người nào đó trong ta là chủ của nỗi buồn ấy. Có một lần, tôi gặp được một người có thể nhìn thấy suốt qua được câu chuyện của ông và hoàn toàn tự tại.

Chiếc máy may của tôi bị hư, cần được sửa. Vì vừa dọn đến một thành phố mới nên tôi giở quyển điện thoại niên giám ra để tìm một đại lý sửa máy may. Khi lái xe đến tiệm, tôi chú ý đến một tấm bảng để bên ngoài cửa sổ ghi: "Công việc tốt đẹp. Mọi người thật tuyệt. Cuộc đời kỳ diệu!" Tấm bảng ấy hơi khác thường đối với một cửa tiệm sửa máy may. Mà thật ra nó cũng bất thường đối với bất cứ cửa hiệu nào khác.

Bước vào bên trong, tôi nhận thấy trên những vách tường và trên mặt quầy hàng có trưng bày những khẩu hiệu lạc quan như là: "Khi cuộc đời trao cho bạn một trái chanh, hãy pha cho mình một ly chanh đá!" "Ngày hôm nay là của bạn, muốn nó ra sao là tùy nơi bạn." Người chủ tiệm ra dấu chào tôi, và rồi tiếp tục chú ý hoàn toàn đến người khách hàng đang ở trước mặt ông. Ông ta chẳng có gì là vội vã, thế nên tôi cũng vậy.

Khi đến phiên tôi, ông ta tiếp đãi thật chu đáo. Sau khi đã hoàn tất thủ tục gửi sửa chiếc máy may, tôi mạo hiểm hỏi một câu tâm lý hơi có tính cách cá nhân: "Bác trông có vẻ là một người vui tính," tôi nói. "Chắc mẹ bác cũng vui tính và yêu đời như bác?"

"Không," ông trả lời. "Mẹ tôi nghiện rượu và rất chán đời."

"Tôi đoán," tôi tiếp tục, "chắc là ba của bác phải là một người gương mẫu cho bác noi theo."

"Không, ba của tôi ưa nổi nóng bất thường lắm, và ông hay đánh đập chúng tôi."

"Thế nhưng bác lại trở thành một người thành công như thế này thì thật hay quá!" Tôi buột miệng khen.

"Tôi không thành công lắm đâu! Tôi cũng đã có lúc tệ hại lắm!" Ông mỉm cười, hơi có một nét gì hối tiếc. "Tôi học hành không ra gì. Không bao giờ thật sự biết đọc. Tôi xong được Trung học chỉ của ông, là tôi lặp lại bài diễn thuyết ấy. Có lúc ông trở nên thoải mái hơn và ngủ thiếp đi, tôi lại chờ đợi. Vào lúc cuối, hơi thở của ông trở nên đứt quảng liên tục, tôi nhỏm dậy và lại bắt đầu nói về "Hãy đi vào ánh sáng..." Ông mở mắt ra nhìn tôi và nói một cách thật rành mạch: "Con biết không, chẳng có gì đâu con, đừng làm cho to chuyện!"

Bác thợ sửa máy may: Quên đi câu chuyện của mình

Tuệ giác của *vô ngã*, một ý thức rằng câu chuyện này là không có chủ, có lẽ là điều khó hiểu nhất. Ví dụ, khi ta nói "Tôi buồn quá," thì ta thật sự cảm thấy có một người nào đó trong ta là chủ của nỗi buồn ấy. Có một lần, tôi gặp được một người có thể nhìn thấu suốt qua được câu chuyện của ông và hoàn toàn tự tại.

Chiếc máy may của tôi bị hư, cần được sửa. Vì vừa dọn đến một thành phố mới nên tôi giở quyển điện thoại niên giám ra để tìm một đại lý sửa máy may. Khi lái xe đến tiệm, tôi chú ý đến một tấm bảng để bên ngoài cửa sổ ghi: "Công việc tốt đẹp. Mọi người thật tuyệt. Cuộc đời kỳ diệu!" Tấm bảng ấy hơi khác thường đối với một cửa tiệm sửa máy may. Mà thật ra nó cũng bất thường đối với bất cứ cửa hiệu nào khác.

Bước vào bên trong, tôi nhận thấy trên những vách tường và trên mặt quầy hàng có trưng bày những khẩu hiệu lạc quan như là: "Khi cuộc đời trao cho bạn một trái chanh, hãy pha cho mình một ly chanh đá!" "Ngày hôm nay là của bạn, muốn nó ra sao là tùy nơi bạn." Người chủ tiệm ra dấu chào tôi, và rồi tiếp tục chú ý hoàn toàn đến người khách hàng đang ở trước mặt ông. Ông ta chẳng có gì là vội vã, thế nên tôi cũng vậy.

Khi đến phiên tôi, ông ta tiếp đãi thật chu đáo. Sau khi đã hoàn tất thủ tục gửi sửa chiếc máy may, tôi mạo hiểm hỏi một câu tâm lý hơi có tính cách cá nhân: "Bác trông có vẻ là một người vui tính," tôi nói. "Chắc mẹ bác cũng vui tính và yêu đời như bác?"

"Không," ông trả lời. "Mẹ tôi nghiện rượu và rất chán đời."

"Tôi đoán," tôi tiếp tục, "chắc là ba của bác phải là một người gương mẫu cho bác noi theo."

"Không, ba của tôi ưa nổi nóng bất thường lắm, và ông hay đánh đập chúng tôi."

"Thế nhưng bác lại trở thành một người thành công như thế này thì thật hay quá!" Tôi buột miệng khen.

"Tôi không thành công lắm đâu! Tôi cũng đã có lúc tệ hại lắm!" Ông mỉm cười, hơi có một nét gì hối tiếc. "Tôi học hành không ra gì. Không bao giờ thật sự biết đọc. Tôi xong được Trung học chỉ vì cứ lớn dần và lớn dần, đến một lúc nhà trường bắt buộc phải cho tôi lên lớp vậy!"

Ông kể lại câu chuyện của đời ông không chút ngại ngùng. Và tôi tiếp tục hỏi. Trường hợp của ông hình như rất ngoại lệ, nó bất chấp mọi sự khôn ngoan thường tình.

"Sau khi xong Trung học, mọi việc lại càng tệ hại hơn. Tôi vướng vào nghiện ngập. Tôi bị lôi thôi đủ chuyện này nọ. Cuối cùng, không biết làm gì hơn, nên tôi xin gia nhập vào *Thủy quân lục chiến*. Ngày đầu tiên, họ phát cho tất cả chúng tôi đồng phục, tóc hớt ngắn y như nhau. Họ bảo chúng tôi ngồi quay mặt vào tường, và cắt hết tóc mọi người. Rồi họ xoay người bọn tôi lại, sáu đứa tất cả, cùng một lúc đối diện trước một tấm gương lớn. Tôi giật mình hơi kinh hoảng một chút. Tôi không tìm được ra mình trong ấy. Không có một người nào trong đó mà tôi biết được câu chuyện đời của anh ta!"

Đối với tôi, đó là câu quan trọng nhất trong bài tự thuật của ông. "Không có một người nào trong đó mà tôi biết được câu chuyện đời của anh ta!"

Ông ta kể tiếp, sau khi thấy rằng tất cả vấn đề chỉ nằm ở chỗ câu chuyện nào là "của ta", ông quyết định tìm cho mình một câu chuyện mới. Câu chuyện cũ, ông nghĩ, đã không giúp ích gì cho ông lắm.

Sau khi giải ngũ, nhờ đã học về máy móc, ông được huấn luyện thêm về ngành sửa máy may, rồi ông lập gia đình, có con và làm chủ một cửa tiệm nhỏ nhưng khá đông khách.

Ông cười to và nói với tôi là chưa bao giờ ông đọc trọn một quyển sách trong suốt đời mình. Nhưng người ta cứ thích đổ xô kéo đến tiệm ông. Tôi nghĩ một phần có lẽ vì ông sửa máy may giỏi, nhưng phần quan trọng hơn có lẽ vì họ thích cái không gian chung quanh ông. Tôi đoán chắc là không phải khách hàng nào cũng nhiều chuyện như tôi. Tôi nghĩ họ chỉ cảm nhận rằng ông ta có biết một cái gì đó rất đặc biệt.

Thiên trú

Trong kinh Phật, *Tứ vô lượng tâm*: từ, bi, hỷ và xả còn được gọi là *bốn thiên trú*, tức những nơi cư ngụ của các bậc *Phạm thiên*. Tự tánh của tâm khi không bị vô minh che lấp là rộng lớn tột cùng. Tâm ta tự nó vô cùng tĩnh lặng, ôm trọn tất cả mọi sự và giữ gìn chúng trong một sự quân bình rất tự tại.

Và từ chính nơi chốn an tĩnh này mà những phản ứng trong tâm ta phát khởi lên để đáp ứng lại những biến cố của cuộc đời. Tâm *từ* phát sinh như một phản ứng tự nhiên đối với mọi người và mọi loài. Tâm *bi* phát khởi khi ta tiếp xúc với nỗi khổ của người khác. Tâm *hỷ* là một niềm vui sinh từ sự chia sẻ với hạnh phúc và sự may mắn của kẻ khác, khi ý thức được nó.

Và tất cả ba trạng thái ấy của tâm: *từ*, *bi* và *hỷ*, đều là những phản ảnh khác nhau của một tâm *buông xả*, trầm tĩnh cơ bản, trong ta.

Sự trầm tĩnh ấy không có nghĩa là trống không. Sự trầm tĩnh của tâm *xả* tàng chứa tất cả.

Tâm từ

Tâm *từ* trong tiếng *Pali* gọi là *metta*, có nghĩa là một tình thân toàn vẹn và không hạn chế. Đức Phật dạy, khi tâm ta an ổn, nó sẽ có những đặc tính như là thân thiết, tương đắc và đầy thiện ý. Một tâm an ổn sẽ thương mến hầu như tất cả mọi người. Ngay cả đối với những kẻ, dầu cho cá nhân hoặc hành động của họ có khó ưa đến đâu, tâm an ổn của ta cũng sẽ thích nghi được bằng tình thương.

Có nhiều phương cách khác nhau để giúp ta nuôi dưỡng và phát huy tâm từ. Có những phương cách sử dụng thiền quán. Có những phương cách áp dụng sự thực tập vào đời sống hằng ngày, như là mỉm cười với người bán hàng ở siêu thị, giúp người khác khuân những món đồ nặng, giữ cửa thang máy cho người cuối cùng bước vào... Nếu chỉ nhìn phớt qua, ta sẽ có cảm tưởng như sự thực tập tâm từ, *metta*, là để giúp cho kẻ khác. Nhưng thật ra nó cũng là cho chính ta.

Tình thân ái không có gì là khó. Chúng ta không cần phải *học* cách thân ái. Chúng ta chỉ cần phải *nhớ* bày tỏ sự thân ái mà thôi. Các em bé, trừ những khi sợ hãi, bao giờ cũng thân thiện. Những chú chó con cũng thân thiện. Một anh bạn của tôi, mới đây khám phá rằng những con chim cánh cụt (*penguin*) ở *Galapagos* cũng rất thân thiện, vì chúng không cảm thấy sợ hãi.

"Tôi đang sợ sệt vấn đề gì đây?" là một câu tôi thường tự hỏi mỗi khi cảm thấy mình không thích thân thiện với một người nào đó. Luôn luôn phải có một cái gì! Khi mới bắt đầu thực tập thiền quán về tâm từ, trong khi ngồi thiền tôi tập phóng những tư tưởng, mong ước tốt lành của tôi đến tất cả những người tôi biết. Tôi giật mình khi khám phá ra là mình đã cất giữ trong tâm một danh sách thật dài về những người "*đáng ghét*". Thật ra điều đó cũng chẳng có gì quan trọng, bực mình người này một chút, không ưa gì người kia lắm, hơi bất mãn về một người nọ... Những chuyện lặt vặt đâu đâu nhưng chúng đã khéo léo và bí mật dẫn tôi đến việc sắp xếp họ vào trong một nhóm người "Tôi không ưa thích gì mấy."

Nhưng không phải là tôi cố ý ghét bỏ gì

những người đó mà xếp họ vào một danh sách riêng. Thật ra, tôi rất ngạc nhiên về những ký ức ấy, và cũng rất bất mãn về những ảnh hưởng của chúng đối với tôi. Nghĩ thật là kỳ cục, vì chuyện cũng đã biết mấy năm qua rồi! Nó cũng làm xấu đi hình ảnh tôi có về chính mình. Tôi đã từng rất hãnh diện rằng tôi là một người rất cởi mở và rộng lượng, nhưng khi thấy được chân tướng của mình, tôi thất vọng vô cùng.

Cũng vì cảm thấy thất vọng và không muốn âm thầm mang cái danh sách thù ghét ấy trong tâm mãi, tôi quyết định thực tập ban rãi tâm từ, tình thương đến những ai đã từng gây thương tích cho tôi.

Dần dần cái danh sách của những người "khó ưa" ấy cũng bắt đầu thay đổi. Những người tôi không ưa không còn là một đe dọa đối với tôi nữa. Sau một thời gian, tuy vẫn còn nhớ tên những người trên danh sách ấy, nhưng cái năng lượng tiêu cực của nó đã biến mất. Đến hôm nay, tôi khám phá ra là mình không còn nhớ một tên nào nữa!

Dễ thương cũng là một danh từ kỳ cục khác, nhưng nó đi đôi với *thân ái*. Không phải tôi bắt đầu tu tập vì muốn mình được là một người dễ thương. Tôi nghĩ mình bao giờ cũng đã là dễ thương rồi. Tôi tu tập vì muốn được bớt sợ hãi. Nhưng dầu sao thì tôi cũng đã trở nên dễ thương hơn, *và* lại còn được bớt sợ hãi nữa.

Biết thương yêu là biết hạnh phúc

Phóng rãi tâm từ, gửi những ý nghĩ tốt lành, đến người ta thương mến thường thì bao giờ cũng dễ. Ban rãi ý nghĩ tốt lành của ta đến những người nằm trong danh sách "*khó thương*", đó mới là việc khó. Điều giúp ta có thể thực hiện được việc ấy là nhớ lại ít nhất một chuyện gì tích cực mà người ấy đã làm, kỷ niệm đó có thể sẽ giúp mở rộng trái tim ta. Chìa khóa ở đây là sự tha thứ. Không làm được điều ấy ta chỉ sẽ gặp đớn đau thôi.

Ngày sinh nhật thứ mười chín của tôi, một tháng sau khi tôi làm đám cưới, bà cố dì của tôi, *Sarah*, mất trong bệnh viện *Bellevue*, sau một cơn bệnh dai dẳng và suy nhược. Ba tôi, thân nhân duy nhất của bà, không có mặt trong nước, còn lại chỉ có mình tôi phải đứng ra để lo việc mai táng. Những người thân thích của bà gọi điện thoại cho tôi, bảo đảm là sẽ không có vấn đề gì hết, bà cố tôi là một thành viên trong hội mai táng và những chi phí đã được trang trải xong xuôi hết rồi. Tôi chỉ việc có mặt vào sáng mai tại nhà quàn. Tôi lo sợ chết đi được, tôi không hề có kinh nghiệm gì với chuyện chôn cất hết. Ba chồng tôi bảo: "Ngày mai ba sẽ đi với con!"

Khung cảnh của nhà quàn tối tăm và ảm đạm, tôi cảm thấy kỳ quặc. Tôi là người đàn bà duy nhất có mặt ở đó. Có những nhóm ông cụ già, không có họ hàng gì với chúng tôi, tụm lại với nhau, họ là những người trong ban tụng niệm *minyan*, gồm có mười người mỗi nhóm. Có hai người đàn bà lớn tuổi bước ra từ căn phòng phía sau và ra về. Ông chủ nhà quàn bước đến gần bên tôi và nói: "Đó là những bác đã đến để tắm rửa, sửa soạn cho người chết trước khi chôn. Bây giờ, cần một phụ nữ trong gia đình vào nhà trong để kiểm soát lại thân thể người chết." Chắc là gương mặt của tôi lúc ấy phải là tái ngắt. Ba chồng tôi nói: "Để ba vào coi cho!"

Ba chồng của tôi, *Harry Boorstein*, sống thêm mười lăm năm nữa, những kỷ niệm tôi có về ông rất là chung chung, lờ mờ, không có gì rõ rệt, chỉ nhớ ông là một người tốt. Nhưng mỗi lần tôi nghĩ đến ông trong giây phút ấy tại nhà quàng, tôi cảm thấy một sự biết ơn vô cùng và trái tim tôi mở rộng. Mỗi khi tôi nhớ lại bất cứ một lời nói vu vơ nào, một hành động vô ý nào của ông, tôi chỉ có thể nhớ lại câu nói ấy của ông tại nhà quàn - "Để ba vào coi cho" - và tôi thấy thương ông. Tôi rất trân quý giây phút đó, vì nó là cây chìa khóa kỳ diệu để thương ông mãi mãi, và khi tôi biết thương yêu, tôi hạnh phúc.

Thương yêu tất cả là chuyện dễ nhất

Nửa giờ sau khi cất cánh trên chuyến bay từ *Chicago*, viên phi công thông báo: "Không có gì đáng lo cả, thưa quý vị, nhưng chúng ta bị hư mất một hệ thống thủy lực của phi cơ, chúng ta sẽ quay trở lại *Chicago* để sửa, thay vì băng ngang qua rặng núi *Rocky* mà không có hệ thống ấy." Trong khi viên phi công báo tin, chiếc phi cơ đánh một vòng tròn lớn quay trở lại. "Chừng ba mươi phút nữa chúng ta sẽ đáp xuống đất, xin quý vị hãy ngồi nghỉ cho thoải mái."

"Thoải mái?!" Khi nghe lời thông báo ấy, tôi đang đọc quyển sách mới của *Joseph*, bạn tôi, "*Kinh Nghiệm Thiền Quán*", viết về chánh niệm và thiền quán. Chánh niệm tức là ý thức được rõ ràng kinh nghiệm của mình trong giờ phút hiện tại, và tôi ý thức rõ ràng là mình đang *lo sợ*. Tôi lại cầm cuốn sách lên đọc, hy vọng rằng nó sẽ làm cho tôi quên đi một chút. "Khi có những cảm thọ khó khăn khởi lên," *Joseph* viết, "đừng nên làm ngơ, hoặc đánh lãng sự chú ý của mình." "Được rồi, *Joseph*," tôi nói thầm và đóng sách lại.

Tôi nghĩ đến những gì mình nên làm. Tôi chợt ý thức là mình có thể chết, và tôi hoàn toàn không hề có một sự chọn lựa nào về việc ấy hết. Tôi quyết định là mình sẽ thực hành từ bi quán, đem tâm từ ban rãi đến những người thân thuộc trong gia đình, mà đây cũng là một sự thực tập hằng ngày của tôi. "Cầu xin cho *Grace* được an vui... Cầu xin cho *Nathan* được an vui... Cầu xin cho *Erik* được an vui... Cầu xin cho *Leah*... Cầu xin cho *Collin*..." Tất cả là mười ba cái tên.

Làm xong xuôi, chiếc phi cơ của chúng tôi vẫn còn bay lướt nhẹ nhàng trong không trung. Thế là tôi lặp lại một lần nữa. Tôi cảm thấy mình trầm tĩnh hơn trước.

Chiếc phi cơ bắt đầu hạ thấp xuống, và mặc dù mọi việc có vẻ bình thường, chúng tôi được hướng dẫn cởi mắt kiếng và giày, và bỏ hết những đồ nhọn như là viết ra khỏi túi. Tôi bắt đầu nghĩ đến những người quen khác, nằm ngoài cái danh sách mười ba người thân trong gia đình tôi, tôi cũng muốn cầu xin cho họ được an lạc và hạnh phúc. Thế là tôi bắt đầu lập thêm một danh sách mới: "Cầu xin cho *Miriam* được an vui... Cầu xin cho *Aaron*... *Eugenia*... *Henry*..." Đầu óc tôi đầy tên tuổi của những người mà tôi biết qua chuyện đời của họ, và tôi bắt đầu niệm mỗi lúc một nhanh hơn, muốn chắc rằng sẽ nhắc được hết tên của mọi người.

Bên ngoài cửa sổ, tôi có thể nhìn thấy mặt đất mỗi lúc đang một dâng lên gần hơn. Những cô tiếp viên hàng không hướng dẫn chúng tôi tư thế tự ôm choàng lấy mình, và chúng tôi ngả người tới phía trước, hai tay choàng ôm chặt hai đầu gối. Tôi tự nghĩ: "Trong vòng một phút nữa, tôi sẽ chết hoặc không chết. Tôi có nên lặp lại cái danh sách mười ba người thân thuộc của mình một lần nữa không? Tôi có bỏ sót một ai mà tôi thương mến không? Cầu xin cho tất cả mọi loài được an vui! Cầu xin cho tất cả mọi loài được hạnh phúc! Cầu xin cho tất cả mọi loài được an vui!"

Chúng tôi chạm bánh xuống đất, hệ thống thắng vẫn hoạt động tốt đẹp, chiếc phi cơ từ từ dừng lại. Dọc theo phi đạo đậu một hàng dài những chiếc xe cấp cứu, đèn đỏ nhấp nhóa sáng rực, và may mắn là chúng tôi không cần đến họ.

Tôi học được hai điều: Yêu thương tất cả mọi người dễ hơn là chỉ yêu thương một nhóm người đặc biệt nào đó. Nó không đòi hỏi ta phải nhớ ai có tên trong danh sách, ai không có tên, ai là thuộc bảng danh sách chánh và ai thuộc bảng phụ. Và ta cũng không cần phải lo sợ là mình sẽ bỏ sót một người nào.

Tôi cũng học được rằng, lòng thương yêu chân thật hướng về kẻ khác sẽ xóa bỏ hết những nỗi sợ hãi trong ta. Tôi đã không hề đánh lạc hướng sự chú ý của mình; tôi biết rất rõ ràng điều gì đang xảy ra, và tôi cũng biết là tôi có một phương thức hữu hiệu để đối phó với hoàn cảnh ấy.

Một thời gian sau kinh nghiệm đó, tôi nghĩ: "Tôi muốn dạy phương pháp này cho người khác để họ có thể sử dụng trong giờ phút trước khi lâm chung."

Về sau này, tôi hiểu là: "Tôi muốn dạy phương

pháp này để họ thực tập cho từng giây phút của cuộc sống."

Tất cả những giờ phút của ta đều là những giây phút trước cái chết của mình, và sự cầu mong an vui là một phương pháp sống vô úy nhất. Đôi khi, tôi nghĩ chỉ có mỗi một việc đáng để nói mà thôi, đó là: "Tôi thương yêu bạn."

Tâm bi

Tâm bi là một phản ứng tự nhiên của con tim khi nó không bị che mờ bởi cái vọng tưởng "chúng ta là những cá thể độc lập, cách biệt nhau".

Trong kinh điển, *bi* có nghĩa là "*sự rung động của con tim*" khi ta ý thức được nỗi khổ của kẻ khác. Tôi nghĩ chúng ta cảm thấy nó như là một sự rung động của chính con tim mình theo cùng với nhịp điệu của kẻ khác. Nó đòi hỏi một trạng thái tĩnh lặng trong tâm. Một sự rung động rất tinh tế.

Có một lần tôi đi trên chuyến bay sớm tại thành phố *Laramie, Wyoming*, sau khi vừa hướng dẫn xong một khóa tu ba ngày. Đó là một khóa tu thinh lặng cho khoảng ba mươi thiền sinh. Trong suốt khóa tu, tôi đã cố gắng để tâm chú ý đến từng kinh nghiệm của mỗi thiền sinh, và bây giờ tôi cảm thấy rất thoải mái và hài lòng vì nghĩ rằng khóa tu đã thành công.

Có một cặp vợ chồng lớn tuổi đến ngồi cạnh ghế của tôi. Khi phi cơ vừa cất cánh, các cô tiếp viên cũng bắt đầu dọn bữa ăn sáng.

"Chúng tôi có xin trước đồ ăn chay," ông lão nói với cô tiếp viên hàng không.

"Để cháu xem lại," cô trả lời, một lúc sau cô trở lại với lời xin lỗi: "Xin lỗi bác, họ đã quên không để thực phẩm của bác trên chuyến bay này. Thôi, bác để cháu dọn đồ ăn thường ra, rồi bác cứ xem có món nào ăn được thì bác cứ việc dùng?" Cô mời mọc.

"Thôi, chắc không được đâu," ông lão đáp. "Chúng tôi không làm vậy được!"

Tự nhiên tôi bật khóc và rất lấy làm ngạc nhiên. Chuyện ấy chẳng có gì là quan trọng và chuyến bay cũng chỉ ngắn thôi. Có lẽ tôi cảm thấy xúc động vì hai vợ chồng bác gợi cho tôi nhớ đến hình ảnh ông bà Nội của tôi, và tôi cảm thông được hoàn cảnh khó xử của họ.

Đối với người ngoài thì trường hợp của hai ông bà rất là đặc biệt và kỳ cục. Nhưng đối với họ thì đó là một sự thất vọng không thể trả giá được. Vì tâm tôi tĩnh lặng, tôi có thể cảm nhận được nỗi đau của họ.

Bất cứ một nỗi đau nào cũng là quan trọng

đối với người cảm thọ nó. Khi tôi còn nhỏ, người ta thường hay nói với những đứa trẻ nào không ăn hết đĩa của mình: "Người ta chết đói ở các xứ nghèo đó, nhớ vậy đi." Tôi rất cám ơn là đã không có ai nói với tôi những lời ấy. Tôi bẩm sinh là một đứa trẻ khó ăn uống, nếu lại cộng thêm cái mặc cảm tội lỗi, hổ thẹn vào một tình trạng đã khó khăn, thì chỉ làm tăng thêm nỗi khổ của tôi mà thôi. Những người nói những lời ấy, có lẽ họ quên rằng, đói là đau đớn, nhưng ăn khi ta không đói cũng là đau đớn nữa. Mà đau đớn là đau đớn. Phân chia, xếp hạng nó là một chuyện dư thừa.

Chúng ta đánh giá mỗi nỗi đau bằng cách đưa nó qua hệ thống phán xét của mình, mà thật ra hệ thống đó lại được làm bằng những ý kiến của chính ta. "Đây là một nỗi đau lớn," hoặc "Đây là một nỗi đau nhỏ không đáng kể."

Mỗi khi tôi cảm thấy xa cách đối với nỗi đau của một người nào, thường thì bao giờ cũng bởi vì tôi đã có một thành kiến về nó. Cũng có thể tôi nghĩ hoàn cảnh của người ấy khốn cùng quá, không thể chịu đựng nổi, và tôi tự bảo vệ mình bằng cách che tai bịt mắt mình lại.

Lúc nhỏ chúng ta cũng làm như vậy khi xem phim, ta thường che mắt lại mỗi khi đến những cảnh rùng rợn và nói: "Chừng nào hết đoạn ghê gớm này nói cho tôi biết nha!" Bây giờ, đôi khi tôi vẫn còn có hành động ấy, một phản xạ tự nhiên, khi xem những đoạn phim nào quá hãi hùng.

Cũng có lúc tôi cảm thấy xa cách với nỗi đau của người khác vì tôi không chịu được lối phán xét của họ. "Tại sao anh lại đi lo âu về những chuyện nhỏ nhặt *này*?" Tôi tự nghĩ. "Cái đáng lo là cái kia kìa, nó mới quan trọng hơn!" Quyết định giùm người khác việc nào mới "đáng" để cho họ lo, điều ấy thật buồn cười. Mỗi người có một sự dính mắc khác nhau và không ai giống ai hết. Có lúc tôi cũng hổ thẹn chịu nhận rằng, có những nỗi khổ đối với tôi rất lớn vì mình bị dính mắc, mà tôi biết rằng so với người khác nó chẳng ra gì cả. Không cần gì đến sự phê bình của người ngoài, tánh tôi cũng đã hay khắt khe với chính mình. "Mình thật là một người ích kỷ hết sức!" Tôi thường tự trách. "Thế giới này đầy dẫy những khổ đau, mà mình lại cứ lo âu vì những chuyện lặt vặt này hay sao?"

Chúng ta khó có thể nào nhận diện trực tiếp được nỗi đau, vì chúng nhiều quá! Có lẽ đức Phật đã nói đúng, cuộc đời này có quá nhiều khổ đau, nên đôi khi chúng ta thường cố gắng làm cho chúng nhỏ đi. "Sự việc có thể còn tệ hơn như thế này nữa," bằng một thiện ý chúng ta thường nói thế với một người bạn đang gặp chuyện buồn, hy vọng lời khuyên ấy sẽ làm họ bớt khổ. "Của đi thay người." "Dầu sao thì công việc anh cũng còn vững." Hoặc là một sự so sánh cao xa như là: "Trong vũ trụ mênh mông này thì chuyện ấy có nghĩa lý gì?" Tất cả những lời đó đều là một hình thái khác của câu: "Người ta chết đói ở các xứ nghèo đó, nhớ vậy đi!", nhưng là dành cho người lớn. Theo tôi nghĩ, những lời ấy chỉ cộng thêm một sự khinh miệt vào nỗi đau của họ mà thôi, chứ thật ra chẳng giúp ích gì thêm.

Lẽ dĩ nhiên, sự thật là so với cái mênh mông vô cùng của vũ trụ này thì nỗi đau của ta rất là nhỏ nhoi và không đáng kể. Nhìn qua lăng kính của một bầu vũ trụ mênh mông thì tất cả mọi việc *đều* không đáng kể *như nhau*. Nhưng việc ấy không đúng với cái cảm xúc thực tế của ta. Có những người và những vấn đề đối với ta rất là quan trọng. Và ta đâu có sống trong một bầu vũ trụ mênh mông. Chúng ta đang sống ở nơi này đây!

Nhớ đến quan điểm về một bầu vũ trụ bao la, *nhớ* đến hình ảnh trái đất mọc khi nhìn từ mặt trăng, *nhớ* đến tính cách tương duyên của mọi hiện tượng - tất cả những điều ấy sẽ giúp cho ta tiếp xúc trực tiếp hơn với nỗi đau của mình. Chúng cần thiết để giúp ta có thể thấy rõ ràng và chịu đựng được nỗi đau của mình. Và, cũng nhờ *nhớ* được cái tính chất cá biệt của ta, *nhớ* được những thương tâm trong câu chuyện đời của ta, mà dường như rất thực và quan trọng, việc ấy sẽ giữ cho hai chân ta đứng *trong* thế giới này với một lòng thương yêu sâu xa và hành động từ ái, chứ không phải lơ lửng trên mây.

Rộng lượng là một hành động tự nhiên

Tôi cảm thấy rất thán phục mỗi khi được chứng kiến những hành động nhân ái hoàn toàn không vị kỷ. Chúng là những ví dụ cụ thể nhất cho ý niệm về *vô ngã* của đức Phật. Lẽ dĩ nhiên, thân ta, nói về mặt vật lý, là tách biệt với những thân thể khác, vào ra thế giới này ở những thời điểm khác nhau và không gian khác nhau. Nhưng cái bản chất tâm thức có mặt trong những thân ấy thì chỉ là một mà thôi. Ý thức được việc ấy, các nỗi sợ hãi của ta sẽ tan biến và thái độ chia sẻ sẽ là một hành động hoàn toàn tự nhiên.

Một người đàn bà trẻ hơn tôi nhiều đang thay y phục cạnh tôi trong phòng thay đồ của một nhà tập thể dục. Chúng tôi đang bàn về những ích lợi của việc tập thể dục đều đặn, giữ cho thân thể được thon và khoẻ. Cô ta nói thêm: "Em mới vừa bị mổ vài tháng trước, và bác sĩ của em rất ngạc nhiên về sự phục hồi sức khoẻ nhanh chóng của em."

"Cô bị mổ gì?" Tôi hỏi.

"Em cho đứa em gái một cái thận. Nó bị bệnh tiểu đường và cần phải thay thận."

Cô nói bằng một giọng hết sức bình thường như là cô nói: "Em có một chiếc xe đạp không dùng đến..." Đối với cô ta chuyện ấy hoàn toàn như không có gì là đặc biệt. Một chuyện cần làm phải làm, thế thôi.

Tôi đã có nhiều năm đặc biệt suy nghĩ về một câu chuyện của đức Phật. Trong một tiền kiếp của ngài, đức Phật đi trên một con đường núi, chợt ngài nghe có tiếng khóc phía bên dưới vực thẳm vọng lên. Nhìn xuống dưới vực sâu, ngài thấy có một bầy cọp con đang bị đói khát, và một cọp mẹ quá yếu đuối không còn đủ sức để nuôi chúng. Đức Phật tương lai không chút do dự, tự lao mình xuống vực thẳm để hiến thân nuôi bầy cọp con đói khát.

Câu chuyện ấy được kể để làm thí dụ về sự bố thí. Nhưng nó làm cho tôi hơi lo, vì tôi không thể nào tưởng tượng được một thái độ *vô ngã* tự nhiên đến vậy!

Nhưng bây giờ thì tôi đã có thể. Tôi có năm đứa cháu. Đối với chúng, tôi không hề có một chút do dự nào về hành động lao xuống vực thẳm. Và tôi cũng sẽ không hãnh diện về việc ấy, vì thật ra đó chẳng có gì là to tát cả. Tôi không thể *không* làm được. Cái to tát là bước kế tiếp, là làm sao luôn nhớ rằng bất cứ một đứa cháu nào, của bất cứ ai, cũng đều là của ta. Và đứa cháu nào của ta cũng là cháu của *tất cả mọi người.*

Nhưng bạn không cần phải có con hoặc cháu mới có thể hiểu được việc ấy. Chân lý về *không có một cái tôi riêng biệt* này tự nó sẽ hiển lộ khi tâm ta được định. Tôi thấy rõ điều ấy những khi có một tai họa nào đó xảy ra. Một chiếc phi cơ chở đầy hành khách rớt trên sông *Potomac*, những người qua đường liều mình nhảy xuống dòng sông đông đá lạnh cóng để cứu người khác - không phải vì đó là những người họ biết, mà vì những người ấy đang cần sự cứu giúp. Lửa cháy trên tòa nhà chọc trời *World Trade Center*, người ta phụ khiêng một người bạn ngồi trên xe lăn xuống sáu mươi bảy tầng thang lầu, không kể gì đến hiểm nguy của chính họ. Không một ai nghĩ: "Tôi sẽ ra tay nghĩa hiệp," hoặc "Tôi sẽ làm chuyện nhân ái."

Khi tâm ý ta tĩnh lặng, ta nhận thức được mỗi chúng ta đều là một phần tử của nhau. Thật ra tôi nghĩ, chữ *rộng lượng* cũng chưa được chính xác lắm, vì ta vẫn còn nghĩ đến có người ban cho và người thọ nhận. Khi sự chia sẻ là một việc làm tự nhiên và tự động, chúng ta gọi đó là *bi*.

Tôi thường nghĩ rằng, nếu tôi xem mọi người khác như là thân thuộc của tôi, điều đó sẽ trở thành một gánh nặng. Nhưng sự thật là ngược lại! Khi một người nào tôi biết làm một việc gì đó đáng ca ngợi, tôi không cảm thấy *tôi* cần phải làm việc ấy. Vì các vị ấy đang thay mặt cho tôi, hoặc cũng chính là tôi, đang gánh vác công việc ấy. Mẹ *Theresa* giúp những người khốn khổ giùm tôi, *Beethoven* sáng tác nhạc giùm tôi, thánh Gandhi tranh đấu giùm tôi... và bạn cũng chính là tôi nữa.

Tâm hỷ: niềm vui vị tha

Jerry Rice, cầu thủ bắt banh nổi tiếng của đội banh bầu dục *San Franciso*, trong một cuộc phỏng vấn nói về những thành tích của anh trong quá khứ. Người phóng viên hỏi: "Anh còn muốn đạt thêm một thành tích mới nào nữa không?" *Jerry* mỉm cười đáp: "Tôi muốn đạt được hết tất cả!" Người phóng viên hỏi tiếp: "Trong số tất cả những kinh nghiệm vui nhất trong sự nghiệp chơi banh của anh, anh có thể kể lại một kinh nghiệm nào đã đem lại cho anh niềm vui to tát nhất không?"

"Tôi còn nhớ trong trận đá chung kết *Super Bowl XXIII*," *Jerry* đáp, "Đó là lần đầu tiên tôi được chơi trong một trận chung kết. Vào hai phút cuối trước khi cuộc chơi chấm dứt, *Joe Montana* ném banh cho cầu thủ *John Taylor*, anh ta đang đứng trong vùng đất cấm của đối phương, khi *Taylor* bắt được quả banh ấy, tôi cảm thấy một nỗi vui thật lớn như chính mình đã bắt được banh vậy."

Đó là một niềm vui của tâm *hỷ*, của lòng vị tha, vui với niềm vui của kẻ khác - một niềm vui trong giây phút hiện tại mà đối tượng của nó hoàn toàn không quan trọng. Niềm vui của tất cả mọi người đều được chia sẻ đồng đều.

Có một lần tôi được nghe đức *Đạt-lai Lạt-ma* dạy về sự khôn ngoan của việc đặt hạnh phúc người khác lên, ít nhất là cũng, ngang hàng với của mình. Ngài giải thích, số người chung quanh ta rất nhiều, thành thử cơ hội có hạnh phúc của ta sẽ tăng lên vô cùng tận nếu ta biết kinh nghiệm hạnh phúc của người khác như là của chính ta. Trên hành tinh này, cơ hội để cảm thấy hạnh phúc của tôi sẽ được tăng lên gấp hơn 5,5 tỷ lần nếu tôi biết thực hiện việc ấy. Đó là một lợi thế rất lớn!

Vì bản chất của niềm vui vị tha, của tâm *hỷ*, là hạnh phúc chứ không phải khổ đau, ta cứ tưởng là nó sẽ dễ thực hiện lắm. Nhưng thật ra nó lại phức tạp và rắc rối vô cùng. Tôi nghĩ, thường thường chúng ta hầu hết ai cũng đã có lần cảm nhận được niềm vui của tâm *hỷ*. Có việc gì may mắn xảy ra cho một người khác, ta cảm thấy vui thành thật. Nhưng rồi, từ cái tâm chưa được hài lòng hoàn toàn của ta, lại có một ý nghĩ khởi lên: "Ước gì mình cũng được chút may mắn như người ấy!"

Tôi nhận thấy việc ấy xảy ra mỗi khi tôi xem những chương trình quảng cáo trên ti-vi về những người vừa trúng một giải xổ số. Ta nhìn thấy một người vừa ra mở cửa nhà của anh hoặc chị ta thì được trao cho một tấm chi phiếu 10 triệu đô-la. Tôi cảm thấy vui mừng thật sự khi thấy người vừa được trúng giải bàng hoàng sung sướng, cười rồi khóc. Rồi tôi lại nghĩ tiếp: "Không

III. Những Chướng Ngại Của Tuệ Giác

Liều thuốc giải trừ ái dục

Sau đây là một câu chuyện ngụ ngôn ví dụ cho ta thấy năng lượng ái dục có thể bị khắc phục bằng sự tu tập định tâm. Cũng như những chuyện cổ tích khác, câu chuyện ngụ ngôn này đã được truyền miệng qua nhiều thế hệ. Tôi không biết nguồn gốc của nó, nhưng tôi nghe lại từ một người bạn, và chị ta đã được nghe từ vị giáo sĩ Do Thái *Zalman Schachter-Shalomi*. Thế nên, bây giờ thì đây là một câu chuyện Phật giáo nhưng có nguồn gốc từ Do Thái giáo.

Ngày xưa thật xưa, trước khi chúng ta quá khôn ngoan, ở một vùng đất nọ, nơi vẫn còn những cô công chúa thật đẹp với trái tim còn đang say ngủ và những chàng trai khờ khạo, có một thanh niên đem lòng yêu thương một cô công chúa miền xa. Lòng ái dục về nàng công chúa đã ngập tràn tim anh. Chàng thanh niên ấy tin chắc rồi sẽ có một ngày họ được gặp và thành hôn với nhau. Anh ta còn tưởng tượng là mình sẽ trở thành người cha của một bầy con đông đảo.

Rồi một hôm, trong một chuyến đi, cô công chúa cùng đoàn tùy tùng đi ngang qua nơi anh đang sống. Và chàng thanh niên khờ dại ấy bị lòng ái dục làm mù quáng, nhào ra khỏi đám đông, quỳ xuống trước chân cô công chúa và kêu lên: "Chừng nào chúng ta mới sẽ được sống bên nhau?" Cô công chúa với giọng khinh khi nhìn anh thanh niên nói: "Ở trong nghĩa địa!" Ý của cô là: "Không bao giờ là trong kiếp này, tên ngốc kia!" Nhưng anh thanh niên lại tiếp nhận lời ấy như một mệnh lệnh, anh ta tìm đến một nghĩa địa và chờ ở đấy.

Anh chờ và chờ, và tiếp tục chờ. Thời gian hoàn toàn là vô nghĩa đối với anh. Anh chỉ có một mục đích duy nhất và một con tim không biết lay chuyển.

Và anh tiếp tục chờ đợi...

Bỗng một ngày nọ, tâm anh trở nên thật bình lặng và tập trung đến mức toàn thân tâm anh ngập tràn niềm vui và ánh sáng, nó xua tan hết mọi hận thù và tâm niệm nhỏ nhen. Anh cảm thấy yêu thương tất cả mọi người, mọi loài không phân biệt. Và người chung quanh cũng cảm nhận được tình thương bao la ấy của anh, họ rủ nhau tìm đến để được anh ban ơn phước.

Và anh vẫn tiếp tục chờ đợi...

Anh cũng đã nhiều lần được gặp thần Chết. Thật ra thần Chết là người khách ghé qua thường xuyên nhất, vào đủ mọi giờ, mọi lúc, dẫn theo đủ mọi hạng người trong xã hội, già trẻ, giàu nghèo, đẹp xấu, được nhiều người thương hoặc bị mọi người ghét bỏ. Với một cái nhìn tĩnh lặng, chàng thanh niên chợt nhận thấy cái mong manh, vô thường của sự sống, cái bước tiến vô tình và lạnh lùng của thời gian. Anh chợt ý thức được những biết nếu chuyện ấy xảy ra cho mình, mình sẽ làm gì đây!"

"Dĩ nhiên," tôi lập tức tự nhắc nhở mình, "tôi sẽ tặng một phần lớn của số tiền cho các hội từ thiện. Ít nhất là 75 phần trăm. Hay có lẽ là 50 phần trăm. Phần còn lại tôi sẽ cho mấy đứa con, để chúng nó trang trải tiền nhà mỗi tháng." Rồi tôi lại nhớ: "Chúng nó cũng đâu có khó khăn gì về tài chánh đâu. Hay là tôi sẽ bỏ vào một tài khoản ủy thác để dành cho mấy đứa cháu lên đại học." Rồi tôi lại nghĩ tiếp: "Nhưng còn ít nhất là mười năm nữa chúng nó mới lên đại học, ai biết được chừng đó chúng sẽ ra sao, hay là việc học đại học sẽ như thế nào. Hay là mình và anh *Seymour* có thể làm một chuyến du hành ba tháng trên biển vòng quanh thế giới. Nhưng mà cũng không được, anh ấy hay bị say sóng!"

Chỉ trong chừng vài giây đồng hồ, một tâm đang tràn ngập niềm vui với cái vui của kẻ khác đã trở thành một tâm đầy những dự định, toan tính ích kỷ cho lợi lạc của riêng mình, mà chẳng biết phát xuất từ đâu! Trước khi người trúng giải xổ số xuất hiện trên ti-vi với tấm ngân phiếu, tôi cảm thấy rất hài lòng với những gì mình đang có! Nhưng dường như là tâm ta, nếu không được soi sáng bởi chánh niệm và tĩnh lặng, sẽ dễ bị hấp dẫn bởi cái ý nghĩ muốn được thỏa mãn thêm một chút nữa!

Tôi nghĩ, chúng ta chấp nhận mỗi khi người

khác nghe những tin vui, sự may mắn của ta, khi họ chúc mừng ta, là họ ước mong rồi một ngày họ cũng sẽ được như thế. Và có lẽ khi ta cầu chúc lại cho họ, là chúng ta công nhận niềm vui của mình, và giúp cho người kia cất bỏ đi cái mặc cảm tội lỗi về một nỗi ghen tức mà họ có thể có trong tâm.

Tôi học được điều này khi tôi còn nhỏ, lắng nghe những lời người ta chúc mừng nhau trong các đám cưới. Mẹ của một cô gái chưa chồng, ôm mẹ của cô dâu và nói: "Chúc chị giữ được hạnh phúc của ngày hôm nay mãi mãi." Mẹ của cô dâu đáp lại: "Chúc con gái chị cũng sẽ có một ngày như thế này." Người mẹ kia lại nói: "Hy vọng trời sẽ nghe lời cầu chúc của chị!"

Tôi cũng đã từng cảm thấy hổ thẹn, có khi là tội lỗi, vì mỗi khi nghe có ai được một sự may mắn nào, dính dáng đến việc tôi đang mơ ước, là tôi cảm thấy ghen tức ngay. Tôi thường hay tự trách: "Sao vậy *Sylvia*? Mình đã có quá đầy đủ rồi. Sao mình lại còn có thể *suy nghĩ* như vậy được?"

Nhưng vấn đề không phải là ta có đầy đủ hay không đầy đủ. Cuộc sống này tràn ngập những điều kỳ diệu có thể đem lại cho chúng ta hạnh phúc, ta muốn nhận lãnh bao nhiêu mà chẳng được! Vấn đề là ta có đủ sáng suốt để ý thức được việc ấy không! Dưới ánh sáng của chánh niệm,

III. Những Chướng Ngại Của Tuệ Giác

khổ đau của ta hiện hữu là vì ta bám víu vào bóng ma của các kinh nghiệm rỗng tuếch. Và rồi anh trở nên minh triết hơn. Và người chung quanh cũng cảm nhận được sự minh triết ấy, họ lại càng tìm đến đông hơn để được anh ban ơn phước.

Cô công chúa ngày xưa bây giờ đã lập gia đình, nhưng vẫn chưa có được đứa con nào. Nghe tiếng đồn về một vị thánh sống trong nghĩa địa, có khả năng ban ơn phước cho mọi người, cô tìm đến để xin được một đứa con. Và chàng thanh niên si mê khi xưa, ngày nay với một hạnh phúc vô biên và cuộc sống tự tại, kêu gọi hết tất cả những thần linh trong toàn cõi vũ trụ về ban phước cho cô. Và cô công chúa ấy sau cùng đã trở thành mẹ của một bầy con kháu khỉnh.

Ác cảm

Ngược lại với lòng ái dục là ác cảm, một năng lượng của sân hận và tiêu cực. Ác cảm không dễ chịu. Đức Phật nói đến lòng sân hận như là một thứ độc dược trong tâm, nó là một loại nọc độc làm lu mờ tâm ý ta. Khác với một tâm đầy ái dục lúc nào cũng tìm kiếm chung quanh một vật gì nắm bắt để thỏa mãn, tâm ác cảm ngược lại muốn loại bỏ chúng đi.

Đôi khi người ta lại cho rằng sự tức giận có

một cảm giác thú vị, vì nó là một loại năng lượng kích thích rất mạnh. Ví dụ, một người đang ở trong trạng thái buồn ngủ hoặc dã dượi, đột nhiên sẽ cảm thấy trở nên sống động và tỉnh thức hơn. Cơn giận đôi khi khiến ta cảm thấy như mình rất có quyền thế, nhất là khi ta nghĩ cơn giận của mình là chính đáng. Nhưng cuối cùng thì sự giận dữ chỉ là một cơn bão trong tâm mà thôi, nó chỉ làm cho ta mệt mỏi và rối loạn thêm.

"Tôi phải đối xử với cơn giận của mình bằng cách nào?" là một trong những câu hỏi tôi thường được nghe nhiều nhất. Khi người ta nghĩ tôi sẽ khuyên rằng sự biểu lộ cơn giận ra ngoài là hoàn toàn không cần thiết, họ thường cảm thấy hơi lo và phản đối ngay. Tôi nghĩ, có lẽ người ta sợ là một khi họ không còn được tranh cãi và chiến đấu nữa, họ sẽ không còn có thể truyền thông một cách tự nhiên và thành thật với kẻ khác.

Tôi rất thích dạy cho người ta hiểu là nếu ta *truyền đạt* thông điệp của mình mà không nổi giận, ta sẽ có thể nói bất cứ một điều gì ta muốn cho bất cứ một ai trên thế giới này, mà vẫn có thể nhấn mạnh được quan điểm của mình và cảm thấy được lắng nghe. Thông điệp ấy có thể nói lên sự thật là ta đã hoặc đang cảm thấy tức giận, nhưng không nhất thiết nó phải là một sự biểu lộ của cơn giận ấy!

Trong bộ *Vinaya*, tức những giới luật và uy nghi của bậc xuất gia, đức Phật có để lại những tất cả những người nhận thật ra chỉ là một mà thôi.

Trong trận banh chung kết *Super Bowl XXIII*, khi *Joe Montana* ném quả banh định mệnh ấy, *John Taylor* đã có mặt đúng nơi, đúng lúc, và tâm của *Jerry Rice* cũng vậy nữa.

Tâm xả: *Trong tĩnh lặng có hết tất cả*

Người ta thường thắc mắc không biết mình có thể vừa có an lạc vừa có nhiệt tình hay không! Tôi tin là điều đó có thể được. Tôi muốn thực hiện điều đó trong sự tu tập của tôi. Tôi nghĩ, người ta đặt câu hỏi ấy vì họ đã lẫn lộn giữa sự vắng lặng với an lạc hoặc bình thản. *An lạc* (*peaceful*) có nghĩa là "*không sân hận*". *Bình thản* (*equanimous*) có nghĩa là "*quân bình*". Chúng không hề có nghĩa là "*lạnh lùng*", hoặc "*lãnh đạm*".

Những bước đầu trên con đường tu tập theo Phật của tôi, tôi thường lo sợ mình sẽ trở thành một người lạnh lùng, không tình cảm. Tôi nghĩ rồi mình sẽ giống như người có một trái tim bằng phẳng, như là vừa bị chiếc xe lu cán qua vậy, không phản ứng trong bất cứ một hoàn cảnh nào. Tôi nghĩ tôi cũng đã có một quan niệm sai lầm như những người khác - tin rằng thực nghiệm tâm linh có nghĩa là đạt đến một sự "*tĩnh lặng không thể lay chuyển"*. Ý nghĩ ấy dường như được xác nhận qua những mẩu chuyện mà thầy tôi kể về những người hành thiền tinh chuyên đến nỗi "sự ham muốn về tình dục không còn nữa, và vợ chồng sống với nhau như anh chị em". Tôi hơi lo ngại, vì mặc dù muốn được giác ngộ, nhưng tôi không muốn *chuyện đó* xảy đến cho tôi.

Sự tĩnh lặng và an bình là những trạng thái tâm rất đẹp, và thật ra chúng có chung một tính chất phẳng lặng và êm ái. Yếu tố tĩnh lặng này là một tâm hành rất quan trọng trong tâm, nó làm quân bình những hăng hái, những ước vọng, và vui sướng trong ta, và từ đó cái thấy sáng tỏ và sự hiểu biết của ta có thể hiển lộ. Nhưng tĩnh lặng và an bình không phải là những mục tiêu của sự tu tập, ít ra là đối với tôi. Tôi muốn mình vẫn còn có thể có một nhiệt tình. Khi tôi càng hiểu rằng, mọi vật đều trống rỗng và vô nghĩa trừ khi chúng ta cho phép chúng là quan trọng, tôi lại càng muốn mình có được khả năng "cho phép" ấy. Tôi đang có mặt trong một cuộc đời. Tôi vẫn muốn *nhớ* nó chỉ là một cuốn phim mà thôi, nhưng tôi cũng muốn *sống* như là nó có thật nữa.

Tám năm về trước, trong buổi tối đầu tiên của một khóa tu nhiều ngày nhất trong năm, do tôi hướng dẫn ở *California*, con gái tôi, *Emily*, bất ngờ ghé qua thăm.

"Má với ba có muốn dẫn *Johan* và con đi ăn tối hôm nay không?" Nó hỏi.

"Muốn chứ, nhưng tối nay thì không được, vì khóa tu bắt đầu tối nay, má cần phải có mặt để hướng dẫn." Tôi giải thích.

"Má có chắc là má không muốn đi ăn tối với con không?"

"Không phải vậy, má *muốn* đi với con chớ, nhưng không được vì má có lớp phải dạy."

"Má không thể đi ra một chút để ăn mừng má sắp sửa được làm bà ngoại lần đầu tiên sao?"

Tôi hét to vì vui sướng. Tôi không phải là mình nữa. Tôi nhảy tưng tưng lên. Ngay khi ấy thì chuông điện thoại reo, tôi nhấc máy. Đó là chị bạn thân của tôi. "Em nói chuyện không được," tôi trả lời, "em bị kích động quá đi!"

Sau đó, *Emily* cười và nói: "Con tiếc quá, con đã không đem theo máy quay phim." Bốn người chúng tôi dẫn nhau đi ăn tối hôm ấy. Xong xuôi tôi trở lại khoá tu và dạy lớp đầu tiên.

Sự tu tập đã giúp tôi trở nên nồng nhiệt hơn, chứ không hề làm giảm nó đi. Những khi tôi vui sướng, mà chuyện đó rất thường, tôi lại mê say, ngây ngất. Khi buồn, tôi khóc rất dễ dàng. Và không có gì là lớn chuyện hết. Sự việc ra sao thì cứ là vậy, và rồi kế tiếp sẽ là một chuyện khác.

Xong là xong

Một trong những vị thầy của tôi thường dùng câu này mỗi khi ông muốn tôi trở về chú ý đến giây phút hiện tại. "*Xong là xong,*" ông ta nói. Giờ đã đến đoạn cuối của quyển sách này, tôi thắc mắc không hiểu làm sao tôi biết được khi nào là xong. Tôi rất thích kể chuyện, và mỗi ngày là một câu chuyện mới.

Tôi còn nhớ một lần nói chuyện với *Jack*, một người thầy và cũng là một người bạn tốt của tôi.

"Tôi lo là tôi đã dần dần mất đi cái nhiệt tâm của mình trên con đường tu tập," tôi nói với *Jack*, "Tôi nghĩ là tôi hiểu cái phương thức của hạnh phúc rồi. Tôi tin chắc là mình sẽ phải thực tập nó suốt cuộc đời, nhưng tôi không còn cảm thấy thắc mắc, cần thiết để hỏi thêm gì nữa hết."

"Chị nói vậy cũng đúng," *Jack* đáp. "Khi chị đã nhận lãnh xong thông điệp rồi, thì chị cúp máy điện thoại."

Tôi có hai thông điệp muốn trao cho bạn trong quyển sách này. Thông điệp thứ nhất là về một đời sống tâm linh. Tôi thấy nó đơn giản lắm. Người thường cũng thực hành việc ấy, mặc dù họ không biết là họ đang làm việc ấy. Giữa những cuộc sống tầm thường, với những niềm vui và nỗi muộn phiền quen thuộc, họ sống với lòng từ ái, biết ơn, và họ hạnh phúc.

III. Những Chướng Ngại Của Tuệ Giác

lời hướng dẫn sau đây cho việc biểu lộ cơn giận. Ngài nói:

Trước khi khiển trách một người nào, ta nên suy ngẫm những điều này... Lời nói phải hợp thời, hợp lúc. Lời nói phải chân thật, không dối trá. Lời nói phải vì lợi ích của người ấy, không phải để gây sự mất mát. Lời nói phải ôn hòa, không được gay gắt. Lời nói phải vì từ bi, không phải vì giận dữ.

Trong nhiều năm qua, tôi đã ghi chép lại những lời dạy ấy trên một tấm thẻ nhỏ để trong văn phòng. Và tôi thường đưa cho những cặp vợ chồng xem, khi họ đến tham vấn tôi về những khó khăn trong đời sống hôn phối.

Tôi rất thích ý tưởng về việc "*hợp thời, hợp lúc*". Nó nhắc nhở là ta không cần phải biểu lộ sự tức giận của mình ra ngay tức thì, và chọn một thời gian khác thích hợp hơn sẽ có thể giúp cho người kia dễ dàng tiếp nhận thông điệp của mình hơn. "Chân thật", theo ý tôi, có nghĩa là ta có đủ thời giờ để suy ngẫm về điều gì đã *thật sự* làm cho mình tức giận, thay vì đưa ra những nguyên cớ nông cạn như chúng ta vẫn thường làm.

"Anh *không bao giờ* chịu đậy nắp của ống kem đánh răng lại mỗi khi dùng xong!" có lẽ là không đúng sự thật. "*Thường thường*" thì có lẽ chính xác hơn là "*không bao giờ.*" Và cũng rất có thể, sự thật không phải ống kem đánh răng là nguồn gốc của nỗi bực tức của ta. "Khi anh không đậy nắp của ống kem đánh răng lại, em cảm thấy là anh không biết chiều ý em, và điều ấy làm cho em lo sợ" thì có lẽ gần đúng với sự thật hơn.

"Ôn hòa", "từ bi" và "vì lợi ích của người ấy" có nghĩa là ta biết bỏ thì giờ để quán xét lại ý định của mình trước khi bày tỏ sự bất bình. Nó có nghĩa là ta phải chắc rằng ý định của mình là để giải hòa hoặc để hướng dẫn với lòng từ ái, chứ không phải có mục đích gây đau đớn để trả thù cho sự tổn thương của mình.

Đôi khi có những cặp vợ chồng xin phép tôi đem tấm thẻ ấy về để in lại, và sẽ trưng bày trong nhà ở nơi dễ thấy nhất. Nhiều năm nay tôi đã từng mơ ước là phải chi có một hãng sản xuất loại giấy trang trí dán tường nào lại muốn sáng chế kiểu mới này, để chúng ta có thể trang trí hết những căn phòng trong nhà với những lời dạy của đức Phật về phương cách biểu lộ cơn giận.

Vài năm trước, tôi có đi tham dự một khóa hội thảo, khi có người đứng lên hỏi đức *Đạt-lai Lạt-ma*, "Ngài có bao giờ nổi giận không?" Ông trả lời: "Lẽ dĩ nhiên. Nếu có điều gì xảy ra mà tôi không thích, nếu đó là chuyện mà tôi không muốn xảy ra, cơn giận sẽ khởi lên." Qua giọng nói của ông, tôi nhận thấy rất rõ là mặc dù cơn giận có khởi lên, nhưng đối với ông nó chẳng có gì là đáng kể. Chúng tôi hiểu, mỗi khi cơn giận phát khởi lên ta chỉ cần làm những gì thích đáng để giải quyết vấn đề và rồi cơn giận sẽ qua đi.

III. Những Chướng Ngại Của Tuệ Giác

Nhưng tôi không bao giờ có thể tưởng tượng được đức *Đạt-lai Lạt-ma*, người mà tôi nghĩ rằng có một tâm thức lành mạnh nhất trên thế giới này, lại có thể biểu lộ cơn giận của ngài bằng một phương cách nào bất thiện.

Ý thức được sự phát khởi bất ngờ của cơn giận cũng giống như ta có một hàn thử biểu trong tâm vậy. Mỗi khi tôi thấy nhiệt độ tăng vọt lên, tôi biết ngay là có một chuyện gì đó vừa xảy ra, hoặc đe dọa, hoặc làm tôi buồn bực. Nếu khôn ngoan thì thay vì biểu lộ phản ứng giận dữ ra bên ngoài, tôi có thể ngồi xuống để tìm hiểu nguyên nhân của sự sợ hãi hoặc nỗi buồn ấy là gì. Khi thấy được nguyên nhân rồi, từ đó tôi sẽ có thể giải quyết vấn đề khôn khéo hơn, không bị rối loạn vì năng lượng tiêu cực của cơn giận.

Lòng sân hận thường là một vấn đề lớn đối với những ai sinh trưởng trong một gia đình mà sự biểu lộ cơn giận ra ngoài là chuyện thường tình. Họ có quá nhiều cơ hội để thực tập sự tức giận và không hề ý thức đến những phương cách nào khác. Với họ, sân hận trở thành một phản ứng tự nhiên của tâm đối với những hoàn cảnh khó chịu. Đôi khi người ta than với tôi họ cảm thấy mình là nạn nhân của một "nút bấm tức giận". Hoặc tệ hơn nữa, có người lớn lên với một mặc cảm xấu bởi vì họ rất dễ "nóng tánh". Có người tâm sự với tôi: "Tôi cảm thấy trong tôi tràn ngập một sự căm thù."

Tôi rất buồn khi nghe điều ấy, vì biết rằng người ta đã bám chấp vào một thứ năng lượng đặc biệt của tâm và cho đó là bản chất bất biến của mình, dù năng lượng ấy có hay ho hoặc thú vị đến đâu. Khi người ta bắt đầu thấy được cơn giận, cũng như mọi năng lượng khác của tâm, chỉ là một hiện tượng nhất thời và vì vậy có thể đối trị được, họ cảm thấy rất nhẹ nhõm. Ý kiến của họ về con người mình cũng tiến triển hơn. Họ có thể nghĩ: "Cái này đâu phải là tôi, nó chỉ là một yếu điểm phản xạ của tôi mà thôi! Tôi có thể bước đi khập khiễng trong chốc lát đấy, nhưng rồi tôi sẽ lấy lại được quân bình!"

Một khi chúng ta thấy được tâm phiền não chỉ là những năng lượng, ta sẽ có thể đối phó với chúng khôn khéo hơn. Chúng ta có thể ghi nhận chúng, tìm hiểu chúng, có những quyết định cân nhắc về chúng, và từ đó ta có thể hành động khôn ngoan hơn. Ta sẽ không còn cảm thấy bị chúng đàn áp và tấn công nữa. Mỗi khi tôi bị áp đảo bởi một năng lượng nào của tâm, tôi có cảm tưởng như là có một bàn tay khổng lồ không biết từ đâu, bắt lấy tâm ý tôi, và nắm lắc nó một cách thô bạo. Bây giờ, mỗi khi tôi kinh nghiệm bất cứ một trạng thái tâm thức nào, dù có là khó khăn và không kiểm soát được, tôi vẫn biết nguồn gốc của chúng là từ nơi chính tâm tôi, chứ không phải do một nguyên nhân nào bên ngoài. Và cho dù có một biến cố nào bên ngoài khơi ngòi cho

III. Những Chướng Ngại Của Tuệ Giác

những phản ứng sợ hãi hoặc buồn lo đi nữa, mà chúng được biểu lộ qua hình tướng của sự giận dữ, thì thật ra chính cái khuôn mẫu của tâm tôi đã uốn nắn nên những phản ứng ấy.

Cũng có đôi khi tâm ta cảm thấy buồn lo, sợ hãi hoặc tức giận mà không có một lý do bên ngoài nào rõ rệt hết. Đôi khi cơn giận dường như tự phát khởi một mình. Như có hôm ta bắt đầu một ngày với tâm trạng rất bực bội. Đó là một tâm thức bực dọc, một tâm thức đang kiếm cớ để gây sự. Lẽ dĩ nhiên, cũng phải có *một vài* nguyên nhân nào đó, vì mọi việc đều do duyên khởi, nhưng việc ấy không nhất thiết phải là do một sự kiện nào ở bên ngoài ta. Có lẽ đêm qua chúng ta có một giấc mộng không lành. Có lẽ chúng ta bị thiếu ngủ. Có lẽ có một biến chuyển về những kích thích tố trong cơ thể ta. Có lẽ vì ảnh hưởng của mặt trăng. Dầu sao thì những chất hóa học trong cơ thể ta bao giờ cũng ít nhiều có trách nhiệm về những năng lượng khó chịu trong tâm mình.

Vì đôi khi ta cảm thấy quạu quọ, mà dường như điều đó xuất hiện từ đâu đâu không giải thích được, nên chúng ta thường hay đi tìm một nguyên cớ để bực mình, một hoàn cảnh nào đó bên ngoài để ta đổ trút năng lượng tiêu cực ấy lên.

Ngay cả trong những khóa tu thiền, khi người ta hoàn toàn không biết nhau, cũng nhiều khi có những mối thù truyền kiếp được dựng lên đối với những người lạ mặt, để đáp ứng cho cái trạng thái bực dọc nhất thời của họ. Đột nhiên, một người nào đó trở thành tấm bia nhận lãnh hết những bực dọc, ác cảm nội tại của người khác, chỉ vì cô ta đi đứng hơi ồn ào hoặc anh ta ho hơi lớn tiếng trong thiền đường. Và rồi người ấy tự nhiên trở thành một người mà bạn nhất định không ưa nổi, mỗi mỗi cử chỉ của anh ta, từ giờ phút ấy, sẽ đem lại cho bạn những lý do để bạn tự bào chữa cho cái ác cảm của mình.

Nhưng chúng ta không thể nào nói rằng vì những cảm giác tiêu cực chỉ có tính cách nhất thời, nên chúng ta cứ phớt lờ chúng đi. Cho dù nếu, *đặc biệt* là nếu, chúng chỉ là một phản ứng do sự chuyển biến hóa học trong cơ thể ta hoặc sự thất thường của tính khí, ta vẫn cần phải ý thức rõ ràng được sự có mặt của chúng. Bằng không, ta có thể tin vào lời phán xét của chúng đối với những gì đang xảy ra chung quanh, và từ đó ta sẽ có những hành động thiếu sáng suốt. Chúng ta cần nhớ, bất cứ một tính khí nào đang có mặt cũng đều ảnh hưởng đến kinh nghiệm của ta.

Mặt khác, nếu cơn giận trong tâm là một phản ứng đối với một sự kiện nào bên ngoài, chúng ta cần nên tìm hiểu tính chất buồn lo hoặc sợ hãi của nó, và rồi làm những gì cần làm để giải quyết chúng. Biết rằng sự tiêu cực hoặc ác cảm chỉ là một năng lượng nhất thời không bao giờ có nghĩa là ta nên phớt lờ nó. Trái lại, ta cần biết nhận diện nó cho rõ rệt, và luôn luôn xử sự sao cho thật khôn khéo.

Nhưng, chiếc đòn gỗ ấy là của tôi!

Nhiều năm trước, tôi có tham dự một khóa tu thiền quán nghiêm túc kéo dài vài tuần. Trong những ngày ấy, không những tôi sử dụng một chiếc tọa cụ để ngồi thiền mà còn giữ một chiếc đòn gỗ cạnh bên, để khi nào cảm thấy mỏi mệt tôi có thể đổi sang ngồi. Tôi rất sợ cơ thể mình sẽ bị đau, và tôi cảm thấy mình cần hết mọi sự giúp đỡ chung quanh. Tôi cũng thường chọn ngồi sát vách tường ở cuối thiền đường để khi cần có thể dựa lưng.

Một buổi chiều, tôi đang an ổn ngồi thiền trên tọa cụ ở chỗ thường ngày của mình gần vách tường cuối phòng, với chiếc đòn gỗ sát một bên. Đột nhiên, tôi nghe có tiếng quần áo sột soạt đi đến gần. Tôi hé mắt ra nhìn và thấy một bàn tay với xuống, lấy chiếc đòn gỗ của tôi và đem nó đi. Rồi tôi thấy người ấy để nó xuống một chỗ cách xa tôi, và ngồi xuống trên chiếc đòn gỗ ấy. Anh ta là một thiền sinh mới đến mà tôi chưa hề gặp trước đó trong khóa tu.

Một ngọn núi lửa của sự bực tức chợt bùng nổ trong tâm tôi. Nó là một cơn giận vô cùng "*chính đáng*". Anh ta đã lấy cái đòn gỗ *của tôi!* Trong giây phút ấy thì dầu tôi đã có tọa cụ và thân tôi cảm thấy rất an ổn, cũng chẳng nghĩa lý gì. Và dầu tôi biết là nếu cần, tôi vẫn có thể xin thêm tọa cụ hoặc một chiếc đòn gỗ khác từ ban tổ chức, điều đó vẫn không làm tôi bớt giận. Người ấy đang ngồi trên chiếc đòn nhỏ *của tôi*. Tôi bỏ nhiều giờ bực tức thảo ra trong đầu những lá thư gay gắt cho người đã dám lấy chiếc ghế của tôi. Thật ra, tôi không hề viết xuống một dòng chữ nào, nhưng tâm tôi không ngừng soạn thảo ra đủ hết mọi lá thư mà tôi có thể gửi cho người ấy. Từ những lời lạnh lùng vô tình, cho đến lời mỉa mai châm biếm, và một đòi hỏi thẳng thừng. Mỗi ngày, người ấy vẫn đến ngồi trên chiếc đòn gỗ của tôi, rõ ràng là không một chút ngại ngùng. Mỗi khi tôi vào thiền đường, cơn giận tôi lại tăng lên thêm một cấp bậc mới.

Ngày qua, chiếc đòn gỗ của tôi không có dấu hiệu gì là sẽ trở lại với khổ chủ của nó, một nỗi lo rằng có thể người ấy sẽ đem nó theo về nhà luôn khiến cơn giận của tôi tăng lên bội phần. Tôi bắt đầu không ưa tất cả mọi việc về người ấy. Tôi không ưa cách đi đứng của anh ta, cách anh ngồi, cách anh ta ăn uống.

Một ngày nọ, sau bữa ăn trưa mà tôi đã không ưa lối rửa chén dĩa của anh ta, tôi trở về thiền đường cho khóa thiền buổi chiều và thấy chiếc đòn gỗ của tôi đã trở về nơi vị trí cũ, cạnh bên chỗ tôi ngồi. Người sử dụng nó trong mấy ngày qua đã biến mất. Có lẽ anh ta đã đến tham dự khóa tu trễ và phải trở về sớm. Đột nhiên tâm tôi trở nên thật tĩnh lặng. Nó cũng giống như đã bị tung hoành bởi một cơn bão tố trong mấy ngày qua, và bây giờ đột nhiên cơn bão biến mất.

Tâm tôi đã chịu đựng một cơn bão lớn trong suốt năm ngày qua. Tôi chợt ý thức là mình đã sống trong cơn bão ấy chỉ vì một chiếc đòn gỗ nhỏ mà tôi không hề cần đến. Kinh nghiệm ấy thật lạ lùng! Tôi đã tiêu dùng hết biết bao nhiêu năng lượng của mình. Dễ sợ thật! Tôi tự nghĩ: "Không lẽ đây lại là thái độ của tôi trong suốt cuộc đời này hay sao?"

Lười biếng và hôn trầm

Tôi có một chị bạn thường đi khắp nơi trên thế giới để hướng dẫn những khóa tu thiền quán nhiều ngày. Những người bạn thân của chị ai cũng biết, vì chị tự nói ra, trở ngại lớn nhất của chị là tâm lười biếng. Mỗi khi điện thoại reo và có giọng ai ở đầu dây nói: "Chúng tôi muốn mời chị đến dạy một khoá tu thiền sẽ được tổ chức tại Paris" (hoặc một nơi xa xôi nào đó), ý nghĩ đầu tiên trong tâm chị lúc nào cũng là "Ồ thôi, xa xôi quá! Đi mệt chết!" Nhưng câu trả lời của chị thì bao giờ cũng là: "Được!"

Chị biết câu trả lời đầu tiên trong đầu chị bao giờ cũng bị sàng lọc bởi cái khuôn thước trong tâm thức, và nó tìm hết mọi lý lẽ để biến việc chị ưa thích thành một công việc nhọc nhằn, cho dù việc ấy có hấp dẫn đến đâu. Chị biết là mình thích đi hướng dẫn các khóa tu, và chị là một giảng sư có khả năng, chị chỉ cần vượt qua cái phản ứng đầu tiên ấy bằng một đáp ứng khôn khéo, sáng suốt.

Sự lười biếng và uể oải nghe thì có vẻ như là xấu xa lắm. Chúng dường như có một chút âm vang gì hơi bất luân trong ấy. Đối với người Tây phương, tôi nghĩ chúng được xem như những điều mà ta có thể chọn lựa được. Ví dụ, nói dối hoặc nói lời chân thật là tùy nơi quyết định của chúng ta, chúng không phải là những bẩm tính sở hữu của tâm. Cũng vậy, lười biếng hoặc siêng năng là những gì chúng ta có thể chọn lựa được, thay vì đó là những sở hữu tính của tâm.

Nhưng theo giáo lý *ngũ cái*, tức *năm điều ngăn ngại* của tâm, thì sự lười biếng, uể oải và hôn trầm chỉ là để diễn tả một tình trạng năng lượng đang bị suy sút trong tâm. Vì năng lượng của tâm lúc nào cũng luôn thay đổi, tăng giảm, cho nên tình trạng năng lượng suy sút trong tâm cũng chỉ là một phần của những kinh nghiệm hằng ngày mà thôi.

Đối với một số người, không biết vì một lý do gì, tình trạng thiếu năng lượng ấy lại là một

III. Những Chướng Ngại Của Tuệ Giác

kinh nghiệm xảy ra rất thường. Nhưng điều đó không có nghĩa họ là những người biếng nhác. Nó chỉ có nghĩa là, cũng như trường hợp của chị bạn tôi, họ cần phải ý thức được sự có mặt của trạng thái tâm thức ấy như một chiếc máy sàng lọc nhất thời, để không vô tình để nó ảnh hưởng đến những quyết định chọn lựa của mình.

Những người đang bị buồn ngủ hoặc hôn trầm, nhiều khi bề ngoài có thể trông như những thiền giả xuất sắc. Họ có thể ngồi thật yên hằng giờ trên tọa cụ, trông rất là định tâm. Sự thật là họ đang mê ngủ hay ít nhất cũng đang ở trong một trạng thái ngủ gà ngủ gật nào đó. Khả năng ngồi lâu, tự chính nó không hề là dấu hiệu của một sự tu tập tiến triển. Một thiền sư Thái Lan trả lời một thiền sinh hỏi về việc mỗi ngày phải ngồi bao lâu rằng: "Các vị ngồi bao lâu không thành vấn đề, tôi đã từng thấy những con gà nằm yên trên tổ ngày này qua ngày nọ, mà chúng có bao giờ giác ngộ đâu!"

Ngồi yên không phải là thiền. Ngồi chỉ là ngồi. Ngồi với một tâm tĩnh lặng, với ý thức sáng tỏ và một khả năng quán chiếu, sẵn sàng tiếp nhận sự bừng dậy của tuệ giác - *đó mới là* thiền.

Thiền sinh bị buồn ngủ, hoặc cảm thấy uể oải trong tâm không nhất thiết phải xả thiền. Nếu ý thức được trạng thái ấy chỉ là một kinh nghiệm nhất thời và tạm bợ, họ có thể làm rất nhiều việc trong khi chờ cho nó trôi qua. Họ có thể mở mắt ra. Họ có thể thở những hơi dài và sâu. Họ có thể ngồi thẳng lưng lên. Họ có thể đứng dậy và đi thiền hành, chưa từng có ai ngủ gật trong khi đi bao giờ cả.

Quan trọng hơn hết, đừng để bị kẹt vào trạng thái ấy của tâm, và cho đó là hình bóng hoặc một cá tính riêng của mình. Thật ra, những thiền sinh ấy không phải là những người biếng nhác, mà chỉ là những người đang kinh nghiệm một năng lượng thấp trong tâm.

Nếu ta liên tưởng đến tâm mình như là một *con quay hồi chuyển* (gyroscope), có tính cách di động để đạt đến một vị trí quân bình và cân xứng, nhưng luôn luôn chuyển động và thay đổi để đáp ứng với những gì đang xảy ra chung quanh, ta sẽ hiểu rằng có những lúc nó có nhiều năng lượng và có những lúc ít năng lượng. Tất cả chỉ là những biến chuyển tự nhiên của năng lượng trong tâm trên con đường đi đến một sự quân bình toàn vẹn hơn.

Xao động

Nếu ác cảm là một tâm hay gây sự và hôn trầm là một tâm buồn ngủ, thì xao động là một tâm lúc nào cũng đưa mắt nhìn về phía chân trời tìm kiếm một tai họa nào đó mà nó tin chắc rồi sẽ xảy ra. Nói về mặt năng lượng thì đây

Thông điệp thứ hai là về những vị thầy minh triết. Họ có mặt ở khắp mọi nơi. Tôi để ý là trong quyển sách này, nhiều vị thầy của tôi là những người trên phi cơ. Tôi cũng có nghĩ đến sự kiện ấy như là tượng trưng cho một cái gì hơi huyền bí, như là "phi cơ đưa ta đến những nơi chốn mới lạ" hoặc "phi cơ đưa ta lên cao," tôi biết những ý tưởng ấy chỉ là sự thêu dệt thêm của tâm ý ta mà thôi. Tôi gặp nhiều vị thầy trên phi cơ là vì tôi phải đi phi cơ rất nhiều. *Mọi người* ai cũng đều là một vị thầy. "Hãy *luôn luôn* chú ý đến tất cả mọi người," tôi nghĩ, "vì mọi người ai cũng có thể là một vị Phật."

Lời khuyên của *Jack* cũng có thể nói ngược lại: "*Khi bạn đã trao thông điệp xong rồi thì bạn cúp máy điện thoại.*" Tôi nghĩ tôi đã làm xong việc ấy.

MỤC LỤC

I. Dễ hơn là bạn tưởng 5
Tu tập là sống bình thường 5
Xoay xở khéo léo 7
Giác ngộ 9
Sự tỉnh thức không phân biệt tôn giáo 11

II. CON ĐƯỜNG HẠNH PHÚC 15
Giáo lý căn bản của Đức Phật 15
Tuệ giác căn bản: Bác Ba và Ông Ngoại tôi 15
Chân đế thứ nhất: Nỗi đau, không tránh được. Nỗi khổ, không cần thiết. 19
Chân đế thứ hai: dính mắc là khổ đau 24
Chân đế thứ ba: Một tin vui tuyệt vời 28
Tam Tổ của Thiền tông và Nhất Tổ của Berkeley 30
Chân đế thứ ba rưỡi 35
Tim tôi vẫn còn níu kéo 37
Chân đế thứ tư: Vòng tròn Bát chánh 40
Chánh kiến: Bạn tôi Alta và vô thường 43
Chánh tư duy: Thực tập sự khác biệt 46
Tha thứ 48
Những củ hành tây 50
Cháu ngoại tôi và tu viện 52
Chánh nghiệp: Hành động chân chánh 55
Ông Ngoại tôi và những trái cam 56
Chánh nghiệp tích cực: Cứu cấp trên phi cơ........... 57

201

Chuyện trên phi cơ: Sai lầm 59
Chuyện trên phi cơ: Sửa sai 61
Chánh ngữ: Một lời đã nói, bốn ngựa không theo kịp 63
Luật sáu mươi giây 66
Chánh mạng: Chị Pearl và công việc ủi quần áo 71
Chánh tinh tấn: "Nhớ, hãy vui vẻ" 73
Chánh định: Làm nhẹ đi nỗi đau 77
Chánh niệm: Ba tôi và cuốn phim cuối 80

III. NHỮNG CHƯỚNG NGẠI CỦA TUỆ GIÁC 85
Nhà phỏng vấn và vị đạo sư 85
Tâm thức và thời tiết 89
Những tâm thức chướng ngại chỉ có bấy nhiêu thôi .. 92
Ăn xúp bằng nĩa 95
Trường hợp thứ nhất 96
Trường hợp thứ hai 96
Ái dục 97
Liều thuốc giải trừ ái dục 107
Ác cảm 109
Nhưng, chiếc đòn gỗ ấy là của tôi! 117
Lười biếng và hôn trầm 119
Xao động 122
Người đàn bà trên bãi biển Guaymas 125
Bớt sợ hãi 130
Hoài nghi 135
Khi những tâm chướng ngại khởi lên cùng lúc 143

MỤC LỤC

I. Dễ hơn là bạn tưởng 5
Tu tập là sống bình thường.. 5
Xoay xở khéo léo 7
Giác ngộ.. 9
Sự tỉnh thức không phân biệt tôn giáo 11

II. CON ĐƯỜNG HẠNH PHÚC 15
Giáo lý căn bản của Đức Phật 15
Tuệ giác căn bản: Bác Ba và Ông Ngoại tôi 15
Chân đế thứ nhất: Nỗi đau, không tránh được. Nỗi khổ, không cần thiết. 19
Chân đế thứ hai: dính mắc là khổ đau 24
Chân đế thứ ba: Một tin vui tuyệt vời 28
Tam Tổ của Thiền tông và Nhất Tổ của Berkeley 30
Chân đế thứ ba rưỡi 35
Tim tôi vẫn còn níu kéo 37
Chân đế thứ tư: Vòng tròn Bát chánh 40
Chánh kiến: Bạn tôi Alta và vô thường 43
Chánh tư duy: Thực tập sự khác biệt 46
Tha thứ 48
Những củ hành tây... 50
Cháu ngoại tôi và tu viện 52
Chánh nghiệp: Hành động chân chánh 55
Ông Ngoại tôi và những trái cam............................ 56
Chánh nghiệp tích cực: Cứu cấp trên phi cơ............ 57

201

Dễ hơn là bạn tưởng

Chuyện trên phi cơ: Sai lầm.................................59
Chuyện trên phi cơ: Sửa sai................................61
Chánh ngữ: Một lời đã nói, bốn ngựa không theo kịp 63
Luật sáu mươi giây...66
Chánh mạng: Chị Pearl và công việc ủi quần áo......71
Chánh tinh tấn: "Nhớ, hãy vui vẻ".........................73
Chánh định: Làm nhẹ đi nỗi đau...........................77
Chánh niệm: Ba tôi và cuốn phim cuối..................80

III. NHỮNG CHƯỚNG NGẠI CỦA TUỆ GIÁC 85
Nhà phỏng vấn và vị đạo sư.................................85
Tâm thức và thời tiết..89
Những tâm thức chướng ngại chỉ có bấy nhiêu thôi.. 92
Ăn xúp bằng nĩa..95
Trường hợp thứ nhất..96
Trường hợp thứ hai..96
Ái dục..97
Liều thuốc giải trừ ái dục...................................107
Ác cảm..109
Nhưng, chiếc đòn gỗ ấy là của tôi!.....................117
Lười biếng và hôn trầm.....................................119
Xao động...122
Người đàn bà trên bãi biển Guaymas..................125
Bớt sợ hãi..130
Hoài nghi...135
Khi những tâm chướng ngại khởi lên cùng lúc.....143

Mục Lục

IV. MỘT CÁI NHÌN SÁNG TỎ: TUỆ GIÁC VÀ TỪ BI

Tự tánh của tâm 149
Không có một cây tùng rực lửa 150
Ba con dấu của thực tại 154
Như bọt nước, sương mai 156
Anicca: Vô thường 158
Việc này rồi cũng sẽ qua 159
Không có sự dễ chịu nào là lâu dài 160
Dukkha: Bất toại nguyện 161
Dẫu đời có là vô nghĩa, món nấm vẫn quan trọng... 165
Anatta: Vô ngã 167
Cái nhìn xa rộng, cái nhìn nhỏ gần 167
Bác thợ sửa máy may:
Quên đi câu chuyện của mình 171
Thiên trú 174
Tâm từ 175
Biết thương yêu là biết hạnh phúc 178
Thương yêu tất cả là chuyện dễ nhất 180
Tâm bi 183
Rộng lượng là một hành động tự nhiên 188
Tâm hỷ: niềm vui vị tha 191
Tâm xả: Trong tĩnh lặng có hết tất cả 195
Xong là xong 198

www.ingramcontent.com/pod-product-compliance
Lightning Source LLC
LaVergne TN
LVHW021712060526
838200LV00050B/2631

* 9 7 8 1 5 4 6 4 1 7 7 3 6 *

www.lienphathoi.org
www.rongmotamhon.net

III. Những Chướng Ngại Của Tuệ Giác

là cực đối nghịch với hôn trầm. Hôn trầm là một tâm thức ít năng lượng, còn xao động là một tâm thức quá nhiều năng lượng.

Đôi khi sự xao động được biểu lộ ra bằng một sự bồn chồn và bất an trong cơ thể. Nhưng thật ra thì sự bất an nơi thân cũng chưa phải là một vấn đề lớn. Nó có thể gây chút khó khăn trong những khóa tu, khi ta cần phải ngồi yên để tránh làm phiền người khác. Vấn đề nghiêm trọng hơn là sự bất an trong tâm. Tâm ta vì quá dư thừa năng lượng, lúc nào cũng nhìn quanh quẩn tìm kiếm một lý do gì đó để lo lắng. Những người bị chế ngự bởi năng lượng xao động này trở thành những người lúc nào cũng lo âu, và mặc dầu họ thường xấu hổ không dám chấp nhận việc ấy (Lo nghĩ về những gì mình không thể thay đổi được thì *vớ vẩn* quá!), xao động là một tập quán tâm thức đặc biệt rất khó sửa đổi.

Tôi biết rất rõ về tâm thức xao động này hơn bất cứ một tâm thức chướng ngại nào khác, vì chính nó đã làm tôi điêu đứng nhiều nhất. Tâm tôi có một khả năng và thói quen nắm bắt bất cứ một dữ kiện trung hòa nào và thêu dệt thành một nỗi lo thật lớn.

Ví dụ như câu chuyện sau. Tôi đứng chờ ở một góc đường tại một xứ lạ, nơi tôi và chồng tôi hẹn gặp nhau lúc năm giờ. Lúc ấy là hai phút trước năm giờ. Tôi có ý nghĩ: "Nếu anh ấy không đến trong hai phút nữa thì sao? Điều đó chắc chắn có nghĩa là anh đã bị cướp hoặc rất có thể là bị giết? Hoặc bị bắt làm con tin rồi. Hay là bị đứng tim chăng! Tôi không biết tòa đại sứ của mình nằm ở đâu đây nữa! Nếu anh không đến, tôi sẽ lập tức đi ngay tới tòa đại sứ..."

Những ý nghĩ ấy diễn ra chỉ trong chừng vài ba giây đồng hồ thôi. Trong thời gian ngắn ngủi ấy, kích thích tố (*hormone*) tràn ngập cơ thể tôi, tim tôi đập nhanh, mồ hôi toát ra, lại càng giúp tăng thêm nỗi lo của tôi: "Mình có quen biết ai ở xứ này không? Làm sao gọi cho mấy đứa con biết đây?" Nhưng rồi đúng năm giờ, anh ấy xuất hiện. Tôi thở phào nhẹ nhõm và cảm thấy mệt mỏi.

Đối với những người lo lắng "*chuyên môn*" thì vở tuồng vừa kể là một chuyện xảy ra rất thường. Chỉ có tên của nơi chốn và nhân vật là thay đổi để thích hợp với mỗi hoàn cảnh mà thôi. Và cái tâm thức xao động luôn dò xét chung quanh, tìm kiếm chất liệu để bày vẽ nên chuyện thì bao giờ cũng giống y như nhau.

Sau một thời gian tu tập, tôi ít còn lo sợ vu vơ như xưa nữa. Tuy tâm tôi vẫn còn vẽ vời nên những chuyện kinh khiếp, nhưng tôi không còn dễ bị chúng lừa nữa. Đôi khi tôi có thể bắt gặp tại trận cái máy đặt truyện trong đầu đang sắp sửa chế biến thêm một câu truyện mới, và có khi tôi có thể phá lên cười được. Giả sử tôi có thể tự tách mình ra khỏi chiếc máy lo nghĩ ấy, chắc chắn tôi sẽ làm ngay mà không một chút luyến tiếc. Nhưng tôi đã được sanh ra với nó, vì một lý do nghiệp quả nào đó tôi không rõ. Nó dính liền với tôi. Bây giờ tôi nghĩ đến nó, và luôn cả tôi nữa, với một tình thương mến. Tôi đối xử với việc ấy giống như với một người láng giềng khó chịu cạnh nhà vặn nhạc lớn tiếng giữa khuya. Nếu bắt buộc phải ở trong phòng mình thì tôi có hai sự chọn lựa. Tôi có thể giữ sự thoải mái và nói: "Họ là những người hàng xóm rất khó chịu. Có lẽ rồi một ngày nào họ cũng sẽ dọn đi nơi khác. Trong khi chờ đợi, tôi có thể mua đồ nhét lỗ tai hoặc mua một máy cát-sét nhỏ với tai nghe, và những băng nhạc mà mình ưa thích." Hoặc tôi có thể nổi tam bành lên và gọi người chủ nhà, hay viết thư khiếu nại gửi đến cho những ai có trách nhiệm trong khu phố, và rồi cơn giận lại càng sôi sục lên.

Nhưng chỉ khi nào tôi ý thức được việc gì đang xảy ra, tôi mới có thể thật sự có một sự chọn lựa.

Người đàn bà trên bãi biển Guaymas

Một trong những vị thầy quan trọng nhất của tôi là một người đàn bà mà tôi không hề biết tên, mặc dù tôi đã kể câu chuyện về bà có đến hàng chục lần. Bà đã dạy cho tôi một bài học rất thấm thía là quan niệm về một cuộc sống hiểm nghèo và nguy nan, trước sau gì cũng chỉ là một quan niệm mà thôi. Và nó không bao giờ là một quan niệm duy nhất.

Tôi và bà ta nhìn cùng một hoàn cảnh với hai ánh mắt hoàn toàn khác nhau. Tôi hiểu cái nhìn của mỗi người chúng ta đều bị điều kiện bởi cặp mắt kiếng nhận thức của mình. Tôi biết đôi kiếng màu của tôi đã tô sơn lên những kinh nghiệm của tôi, và giả sử tôi mang một cặp mắt kiếng của người khác, thì hoàn cảnh ấy có thể đã được nhìn khác hẳn đi rồi!

Tôi gặp bà trên bãi biển *Guaymas* hai mươi năm trước đây. Đó là vào mùa hè ở sa mạc *Sonora* vùng *Mexico*, trời rất nóng. Tôi lưu trú tại một khách sạn rất tối tân, rộng lớn và có máy lạnh. Gần đó là một khu vực cư trú dành cho những người, trong đó có người đàn bà ấy, sống trong những toa xe *rờ-moọc* (*trailer*) nhỏ. Bà ta còn trẻ và có hai đứa con trai nhỏ. Đứa lớn mới lên năm, còn đứa nhỏ chỉ mới bắt đầu biết bò. Bà ta giải thích rằng không thích sống tại *Los Angeles* vào mùa hè, nên xuống sống ở *Mexico* vài tháng, và chồng bà bay xuống bằng máy bay riêng nhỏ để thăm ba mẹ con vào mỗi cuối tuần.

Câu chuyện của bà đối với tôi dường như có rất nhiều điều bất ổn:

- Là một người đàn bà sống một mình trên một bãi biển nơi xứ lạ.

III. Những Chướng Ngại Của Tuệ Giác

- Phải trông chừng một đứa con thơ bò loanh quanh gần chỗ có nước sâu, trong khi vừa lo cho một đứa năm tuổi đang tập bơi lặn.
- Phải lo đến những vấn đề như là nước ngọt sạch, hoặc là sữa tươi và những thực phẩm dễ hư hỏng khác trong một khí hậu nóng bức.
- Văn phòng bác sĩ gần nhất là ở đâu - bà có nghĩ tới chuyện ấy không?
- Sự nguy hiểm của việc chồng bà phải lái phi cơ xuống thăm vào mỗi cuối tuần.

Thật ra thì chỉ cần nghĩ đến hoàn cảnh của bà ta thôi cũng đã có thể cung cấp cho tôi đầy đủ những chất liệu để xây dựng thành một thảm kịch rồi.

Nhưng bà ta thì dường như sống rất thoải mái và vô tư.

Một đêm, có một trận bão to kéo ngang qua với những tiếng sấm sét long trời lở đất và ánh chớp lóe sáng rực đêm đen. Mưa đổ như thác lũ. Tôi cảm thấy lo âu khi nhìn ra cửa sổ từ tầng lầu thứ sáu, nghĩ đến nước lụt và nguy cơ có thể xảy ra cho những toa xe *rờ-moọc* dưới kia.

Đến lúc trời vừa sáng thì cơn bão cũng qua đi. Tôi vội vã đi ra ngoài tìm thăm người đàn bà và hai đứa con. Khu cư ngụ của họ trông thật điêu tàn! Cơn mưa đêm qua đã cuốn trôi những đồ vật nằm bên ngoài toa xe ra rải rác khắp nơi trên bãi biển. Mọi người đang bận rộn quét dọn, thu nhặt lại những món đồ nào là của họ. Người đàn bà của tôi cũng đang quét dọn, hai đứa con trai của bà đùa chơi cạnh đó.

"Trận bão đêm qua như thế nào?" Tôi hỏi.

"Thú vị lắm," bà đáp.

"Mấy cháu có sợ sệt gì không?" Tôi nhìn về hướng chúng đang hân hoan nô đùa trên những vũng nước.

"Ồ, đâu có!" Bà đáp, "Cháu nhỏ thì ngủ say không biết gì hết. Còn cháu lớn đáng lẽ cũng ngủ luôn suốt đêm, nhưng tôi đánh thức cháu dậy cho nó được xem cơn bão."

Tôi hoàn toàn sửng sốt. Tôi tự nghĩ: *"Còn có nhiều cách khác để ta nhìn cuộc sống này nữa!"*

Tôi hiểu rằng bà ta và tôi cùng thu nhận những dữ kiện như nhau, nhưng lại nhìn chúng qua những cặp mắt kiếng lọc màu khác nhau. Tôi chỉ thấy những tai họa ghê gớm, còn bà ta lại thấy một câu chuyện hấp dẫn, thú vị. Phải chi tôi được đổi mắt kiếng với bà!

Tôi ước gì mình có thể nói rằng từ giờ phút đó trở đi, sau khi thấy được ảnh hưởng mạnh mẽ của tâm ta đối với những việc xảy ra chung quanh, tôi đã có thể có được một cái nhìn sáng suốt hơn trong mọi hoàn cảnh. Nhưng việc ấy

III. Những Chướng Ngại Của Tuệ Giác

đã không xảy ra. Nếu chúng ta chỉ cần đơn giản đổi cặp mắt kiếng lọc màu của mình thôi thì dễ quá! Tâm thức của tôi trong kiếp sống này được trang bị với một chiếc máy lọc có những cá tính đặc biệt, và nó luôn sẵn sàng để chế biến bất cứ một kinh nghiệm nào mà tôi thu nhận được qua khuôn thước của nó.

Nhưng mặc dù những cặp mắt kiếng lọc màu ấy có vẻ như là những khí cụ cố định của tâm ta, nếu biết nhận diện ta vẫn có thể làm giảm đi sức mạnh của chúng. Tôi nghĩ đó cũng là một cách khác để diễn tả *Chân đế thứ ba* của đức Phật: "Chấm dứt khổ đau là việc có thể được."

Với sự tu tập, chúng ta sẽ có thể giải thoát tâm mình ra khỏi những hành động phản ứng vô ý thức. Mặc dù không cần phải thay đổi những tập quán và khuynh hướng của mình, chúng ta vẫn có thể có ý thức về chúng và hành xử khôn khéo. Khi tâm ta được sáng tỏ và vững vàng, ta sẽ thấy rằng những cặp kính lọc màu ấy trước sau chỉ là những *dụng cụ lọc màu* mà thôi, và ta vẫn có thể chọn cho mình những phản ứng nào là tốt lành nhất.

Người đàn bà trên bãi biển ở *Guaymas* là một vị đại sư của tôi. Mặc dù ngay lúc ấy tôi không hề thay đổi cách cư xử của mình được chút nào, nhưng tôi đã học được là ta có thể chọn một sự đáp ứng khác đối với những gì xảy đến cho mình. Việc ấy khơi dậy trong tôi một niềm tin lớn, là làm những gì mình cần làm để có thể có được một thái độ khác.

Ngày nay, mỗi khi cái máy hát trong đầu tôi bắt đầu phát thanh những câu chuyện tai ương, tôi thường có thể cười với chúng. Nhưng tôi vẫn muốn thà rằng nó đừng phát thanh thì hay hơn!

Trong phòng làm việc, tôi có treo trên tường một tấm bích ảnh lớn của đạo sư *Meher Baba* với hàng chữ, "*Đừng âu lo, hãy vui vẻ.*" Có những ngày tôi tin vào lời khuyên đó như là tuệ giác của vũ trụ này. Cho đến ngày nào tôi có thể thực hiện được việc ấy, tôi vẫn tự cảm thấy hài lòng khi thấy mình không còn quan trọng hóa những nỗi lo lắng của mình nữa.

Bớt sợ hãi

Tôi thường kể cho người khác nghe rằng một trong những lý do tôi tu tập là vì "Tôi muốn được trở thành một bà già vô úy, hoàn toàn không còn sợ hãi nữa." Mà sự thật là tôi muốn được như vậy. Nhưng tới từng tuổi này trong đời, tôi không còn chắc là mình có thể trở nên hoàn toàn vô úy được không. Bây giờ, được "bớt sợ hãi" là tôi mừng lắm rồi!

Một câu chuyện trong nhà thiền mà tôi vẫn còn nhớ trong thời gian mới bắt đầu tu tập là về

III. Những Chướng Ngại Của Tuệ Giác

một vị sư hoàn toàn không biết sợ hãi. Vị sư ấy trụ trì tại một thiền viện ở Nhật vào thời kỳ mà những toán võ sĩ *samsurai* đi lang thang khắp vùng quê khủng bố bất cứ ai trên bước đường của họ. Một hôm, tin một toán võ sĩ đang sắp sửa tiến vào thành phố nơi thiền viện của vị sư ở loan ra, tất cả tăng chúng cùng với dân làng đều sợ hãi bỏ trốn hết. Chỉ có vị sư trú trì là ở lại, ngồi yên trong tư thế thiền định nơi thiền đường. Tên chủ tướng của toán *samsurai*, nổi giận vì danh tiếng của hắn không đủ để làm vị sư trú trì khiếp đảm trốn chạy, tung cửa bước vào thiền đường vung lưỡi gươm sáng chói ngay trước mặt vị sư thách thức: "Ngươi không biết ta chăng," vị chủ tướng nói, "ta là người có thể đâm lưỡi gươm này xuyên qua thân nhà ngươi tức thì mà không hề chớp mắt." Vị sư trú trì nhìn ông ta và điềm tĩnh trả lời, "Và thưa ngài, tôi là người có thể để ngài đâm lưỡi gươm ấy xuyên qua người bất cứ lúc nào mà không hề chớp mắt."

Tôi nghĩ những vị thầy của tôi kể cho nghe câu chuyện ấy vì họ nghĩ nó sẽ khơi dậy sự cảm hứng trong lòng chúng tôi. Nhưng thật ra tôi cảm thấy mình bị mất niềm tin hơn là được hứng khởi. Vì tôi biết mình còn cách xa mẫu người lý tưởng ấy vời vợi, và không tin là mình sẽ bao giờ có thể đạt được một thái độ hoàn toàn vô úy như vậy.

Tôi tin rằng những nỗi sợ sâu xa nhất của ta

trong đời này đã ăn sâu vào các tế bào trong hệ thần kinh, để vĩnh viễn trở thành một phần kinh nghiệm của ta trọn đời. *Robert Stolorow*, người đi tiên phong trong phong trào *Tâm lý học trị liệu* có viết, cho dù ta có áp dụng khoa tâm lý trị liệu để phân tích và tìm hiểu nguyên nhân của sự sợ hãi thâm sâu đến đâu, mỗi khi có cùng một nhóm sự kiện đồng thời khởi lên, chắc chắn sẽ có cùng một phản ứng sợ hãi trong ta khởi lên. Cho dù tuệ giác của ta có siêu việt đến đâu, bản chất của ta cũng vẫn chỉ là con người, bị điều kiện bởi những kinh nghiệm của mình.

Một trong những điều làm tôi khiếp sợ nhất trong tuổi thơ là sợ rằng mẹ tôi sẽ chết. Mẹ tôi bị chứng bệnh sưng tim khiến mỗi đêm bà không thể nào nằm xuống ngủ yên được. Phổi của bà sẽ bị đầy nước, và bà phải bật ngồi dậy ho sù sụ, cố gắng để thở. Tôi nằm trong giường ở phòng cạnh bên lắng nghe tiếng ho của mẹ tôi. Tiếng ho sù sụ trong đêm là một âm thanh kinh hoàng nhất trong tuổi thơ của tôi. Tiếng ho đêm cho đến ngày nay vẫn còn là một nhược điểm trong hệ thần kinh của tôi. Có "một cái gì đó" trong tôi cảm thấy rất bất an mỗi khi nghe tiếng ho đêm.

Bốn đứa con tôi giờ đã trưởng thành. Thuở bé chúng cũng đã có đầy đủ những chứng bệnh của tuổi nhỏ. Chúng bị đậu mùa, bị lên sởi, và quai bị. Chúng bị té. Chúng bị những vết thương cần phải được khâu lại. Chúng bị gãy tay, chân cần

III. Những Chướng Ngại Của Tuệ Giác

phải chống nạng. Chúng bị mổ hạch ở cổ, trong thời mà người ta vẫn còn làm chuyện ấy. Và tôi đã trải qua hết những chuyện ấy mà không sao cả. Nhưng mỗi khi chúng ho vào ban đêm, tôi lại đâm ra hoảng sợ. Bao giờ việc ấy cũng làm cho tôi rất khó chịu. Tôi cứ phải tự nhủ: "Nó chỉ bị cảm cúm xoàng thôi!" Thật ra thì sự kiện tóc tai tôi dựng đứng và cảm thấy hoang mang chỉ là một phản ứng tự nhiên mà thôi. Tôi nghĩ, mỗi người chúng ta đều có những nỗi sợ riêng khác nhau những khi nghe tiếng ho sù sụ trong đêm khuya.

Nhưng dầu sao thì ta cũng không nên nản lòng về chuyện ấy. Tôi thấy đó chỉ là một chi tiết mới giúp ta thấy rõ thêm sự hoạt động của tâm thức mình. Sự sợ hãi không nhất thiết phải là một vấn đề lớn, nếu ta biết nhận diện rằng nó chỉ là kết quả của sự bị điều kiện của ta, trực tiếp từ trong kiếp sống này và có lẽ trong những tiền kiếp xa xưa nữa, nào ai biết được!

Chúng ta có thể nhìn nhận nỗi sợ của mình và tập sống với nó. Nếu tôi cảm thấy bất an về những việc vô hại như là tiếng ho của một cơn cảm cúm, tôi vẫn có thể tự nhủ: "Đây chỉ là kết quả của những gì mà tôi đã bị điều kiện trước đây." Những ý tưởng ấy giúp tôi khỏi phải có những hành động vô ích và không cần thiết.

Mới đây có người giải thích cho tôi biết về hệ thống báo động. Nó được bố trí để phát hiện và báo hiệu mỗi khi có một sự di động nào xảy ra trong vùng mà con mắt điện tử kiểm soát. Tôi nghĩ con người chúng ta cũng tương tự như thế. Chúng ta là những chiếc máy báo động biết đi. Những chiếc *ăng-ten* của ta được bố trí để thu nhận những dấu hiệu nào được xem là một đe dọa cho ta. Khi mọi sự chung quanh suôn sẻ, chúng ta sẽ để cho chúng trôi qua như những bối cảnh của tri giác. Nhưng mỗi người chúng ta sẽ bị kích động để sẵn sàng phản ứng ngay khi có một sự kiện gì đó mà ta ghi nhận là đe dọa xảy ra. Trong mỗi người chúng ta đều có những nút báo động.

Một trong những phương cách để xây dựng mối tương giao thân thiết với người khác là chia sẻ những nỗi sợ của mình, nói cho người khác nghe những gì đe dọa ta. Chúng ta tập kể cho nhau nghe những việc như: "Tôi muốn anh, chị biết rằng tôi có một nỗi sợ bị bỏ rơi, vì khi còn nhỏ mẹ tôi không bao giờ có mặt để bảo vệ, chăm sóc tôi." Chúng ta thân mật chia sẻ với nhau, nói cho nhau nghe những khó khăn của mình.

Và một khi ta hiểu được lý do vì sao người khác có những nỗi sợ hãi kỳ quặc như vậy, ta sẽ cảm thấy thương hại hơn là giận ghét. Thay vì nghĩ: "Thật chán vô cùng, tôi phải bị kẹt với người này suốt cuộc đời," ta lại có thể cảm nhận rằng: "Thật tội nghiệp, người mà tôi thương lại có những nỗi sợ như vậy. Chắc người ấy phải chịu nhiều khổ đau lắm khi mang vác trong tâm những nỗi lo âu ấy."

Nếu bạn vẫn còn sợ hãi, điều ấy không có gì là xấu hổ hết. Chúng ta có thể làm một người lớn và vẫn còn có những nỗi sợ. Chúng ta chia sẻ những nỗi sợ sâu kín của mình với những người thân thiết nhất - thường thì đó là một vị thầy, một nhà tâm lý trị liệu. Nếu chúng ta thật sự may mắn, người ấy cũng chính là người bạn đời của ta. Những nỗi sợ hãi khi được nói to lên sẽ không bao giờ còn đáng sợ như khi ta giấu kín nó. Tôi lớn tuổi đủ để chính mình được nghe tổng thống Hoa Kỳ *Franklin Roosevelt* nói ra câu bất hủ: "Chúng ta không có gì để sợ, trừ chính cái sợ ấy." Tôi nghĩ ông nói đúng.

Hoài nghi

Hoài nghi, trong đạo Phật được diễn tả như là một tâm thức phức tạp có tính cách "trơn trợt" khó nắm bắt. Mà thật vậy, chương viết về Hoài nghi này đã lẩn tránh tôi nhiều nhất. Tôi viết nó sau cùng khi biết chắc là mọi việc khác đều đã xong xuôi. Nếu theo thứ tự thì có lẽ *hoài nghi* phải được xếp lên phía trước, nhưng mỗi khi tôi đặt bút xuống, những tư tưởng tôi có được về chủ đề này tự nhiên lẩn trốn đi đâu hết. Tôi bắt đầu thật sự ngờ vực, không biết mình *có thể* viết được hay không. Tôi kể cho lớp học sáng thứ Tư của tôi, như đã từng kể với nhiều lớp trước đó, rằng tôi nghĩ mình không thể viết về sự hoài nghi, vì tôi không hề có một sự nghi ngờ nào hết. Bây giờ nghĩ lại, tôi thấy mình đã lầm to. Tôi chỉ không có một số hoài nghi nào đó thôi. Nhưng một loại hoài nghi khác, trong kinh gọi là *đại nghi*, chắc chắn là tôi *đã có* và bây giờ đôi khi nó *vẫn* còn. Đối với người hướng dẫn kẻ khác tu tập, chấp nhận được sự thật ấy không phải dễ. Nhưng trừ khi tôi chấp nhận nó, tôi thấy không thể nào hoàn tất được quyển sách này.

Chúng ta có lẽ ai cũng đã từng kinh nghiệm được nhiều mức độ khác nhau của sự hoài nghi - mọi vấn đề từ sự bất an cá nhân cho đến sự bất an của vũ trụ. Mọi biểu hiện của hoài nghi đều là một phản ảnh của một tâm *"trượt vuột"*, khi ta không nắm bắt được sự thật về chân tánh của vạn vật. Nhìn cho thật kỹ ta sẽ thấy rằng, qua lịch sử của vũ trụ này, mỗi người chúng ta đều có một nét đặc thù duy nhất và thế giới này *chỉ có thể là* như vậy! Sự thật thì *"Không có gì là vấn đề hết."* Một tâm hoài nghi, vì không nắm bắt được chân lý ấy, phát sinh ra những lời đồn đại như là *"Tôi có vấn đề,"* *"Bạn có vấn đề,"* và *"Thế giới này có đủ hết mọi vấn đề."*

Năng lượng của lòng hoài nghi vi tế hơn bốn năng lượng phiền toái khác mà ta đã đề cập trước đây. Vì bốn tâm thức kia có kèm theo với chúng những cảm giác nơi thân, khiến ta có thể nhận diện được chúng dễ dàng. Ví dụ, ta có thể

III. Những Chướng Ngại Của Tuệ Giác

biết được lòng tham dục sẽ có những cảm thọ ra sao trong thân, đặc biệt là những ham muốn về thực phẩm, về tình dục, chúng sẽ ảnh hưởng đến những phần nào trên cơ thể của ta. Ta nhận diện được ác cảm qua một sự căng thẳng trong thân, hoặc những cảm thọ thiêu đốt, khuấy động trong tâm. Ta thấy được tâm hôn trầm vì nó biểu hiện bằng sự buồn ngủ. Tâm xao động có mặt như là một sự bồn chồn hoặc một cơ thể bứt rứt, nhiều khi là cả hai. Những năng lượng ở nơi thân bao giờ cũng rất dễ cho ta nhận diện.

Hoài nghi thì len lỏi vào tâm ta, giả dạng thành những tư tưởng chán nản, thất vọng. Một khi đã vượt qua được cánh cổng của chánh niệm rồi, tâm hoài nghi hoạt động như một tên gián điệp, phá hoại niềm tin và đức tin ở ta. Nó có thể tiêu hủy lòng tự tin của ta một cách rất tự nhiên, vì nó hoạt động ngay từ bên trong.

Tôi thường nói: "Tôi không bao giờ có một sự hoài nghi nào hết, vì cha mẹ tôi lúc nào cũng hoàn toàn tin tưởng nơi tôi." Nếu xét về mặt trao truyền một đức tự tin cho tôi thì cha mẹ tôi đã thành công. Trong suốt cuộc đời lúc nào tôi cũng nghĩ: "Nếu người khác làm được thì tôi cũng phải làm được." Giả sử đột nhiên có ai bảo rằng tôi cần phải biết tiếng Phạn (*Sanskrit*) trong vòng sáu tháng, tôi sẽ không ngần ngại gì mà bắt đầu học ngay, không hề nao núng.

Lần đầu tiên khi nghe giảng về giáo lý của Phật, lúc ấy tuy chưa hề có một hiểu biết sâu xa nào về đạo, tôi đã có ý nghĩ: "Một ngày nào đó tôi sẽ đi dạy về giáo pháp này." Bây giờ thì điều đó đã là sự thật, tôi đã đi dạy. Tôi thú thật là ý nghĩ ấy lúc đó thật táo bạo. Nhưng chính những ý nghĩ táo bạo đã đem lại cho tôi nhiều can đảm.

Tôi nghĩ, tôi cũng đã trao truyền cái hạt giống tự tin ấy cho con cháu của mình, mặc dù tôi không hề nhớ là mình có một ý nghĩ nào về việc ấy. Tôi thấy được lòng tự tin biểu lộ nơi đứa cháu của tôi khi nó mới vừa lên hai tuổi.

Thuở ấy, mỗi tuần hai bà cháu tôi có một ngày với nhau, và thỉnh thoảng tôi chở nó đi dạo phố. Ngày hôm ấy khác hơn mọi hôm vì tôi bị đau lưng, không thể bồng ẵm hoặc cất dỡ một vật nặng nào cả.

"Cháu này," tôi giải thích trong khi mở cửa xe và tháo dây an toàn trong ghế ngồi cho nó. "Bà không bồng cháu xuống được. Cháu hãy tự leo xuống một mình đi."

Đứa cháu tôi đứng lên trên ghế và cẩn thận quay lưng lại. Nó từ từ tuột xuống ghế, rồi lại lần mò leo theo cửa xe bước xuống đường. Xong xuôi, nó đứng ngước mặt lên nhìn tôi.

Tôi mỉm cười thành thật khen: "Cháu của tôi giờ lớn quá rồi!"

"Cháu bự rồi!" Nó thích thú trả lời.